இயேசுவே மெய்யான ஒளி

கவிதைகள்

A. தர்மராஜ்

notionpress.com

INDIA · SINGAPORE · MALAYSIA

ISBN 979-8-89475-987-6

Contents

அணித்துரை

ஆண்டவராகிய இயேசு கிறிஸ்துவின் இணையற்ற நாமத்தில் என் அன்பின் வாழ்த்துக்கள்!

ஐயா ஏ தர்மராஜ் அவர்கள் எழுதியிருக்கிற இயேசுவே மெய்யான ஒளி கவிதை தொகுப்பு புத்தகத்திற்கு அணித்துரை எழுதுவதில் மகிழ்ச்சி அடைகிறேன். ரோமர் 8:29,30 என்ற வசனத்தின் படி தேவன் எவர்களை முன் குறித்து இருக்கிறாரோ வார்த்தையின் படி அவர்களுடைய கவிதைகள் மிகவும் அருமையானவை ஒவ்வொன்றும் மிகவும் ஆழமானதாகும் இயேசுவின் மீது இருக்கும் அன்பை வெளிப்படுத்துவதாகவும் இருக்கிறது. 62 வயதிலிருந்து ஆரம்பித்து 75 வயது வரை எழுதிக் கொண்டே இருக்கிறார்.

அய்யாவின் மூலமாக தேவன் எனக்கு முன் குறித்ததை வெளிப்படுத்தினார். ரோமர் 8:35,36. மிகவும் நெருக்கமான சூழ்நிலையில் இருந்த பொழுது ஓர் நாள் அய்யாவின் ஊருக்கு சென்றிருந்தேன் என் அக்கா உறவினர் மூலமாக அறிமுகமானவர், அன்று தடித்த வயதில் எளிமையான உடையில் சைக்கிளில் உற்சாகமான ஆவியோடு சந்தித்தேன் அவருடைய சில கவிதைகள் சொல்லி அழுது தேவனை சாட்சி சொன்ன விதம் என்னை ஆச்சரியப்படுத்த வைத்தது, புல்லரித்தது. ஆவியில் உணர்ந்து கவிதைகளை புத்தகமாக வெளியிட யோசனை தந்தேன், அதன்படி முதலில் 233 கவிதை

கொண்டு வாங்க புத்தகமாக போடலாம் என்றேன். அதேபோல் ஆறு மாதம் கழித்து கோயம்புத்தூருக்கு கொண்டு வந்து தந்தார். அப்பொழுது மிகவும் நெருக்கமான சூழ்நிலையில் இருந்தேன் என்ன செய்வது என்று தெரியாமல் அவர் கவிதை ஒரு கையில் வைத்துக் கொண்டு தினமும் இயேசு கிறிஸ்துவை நோக்கி வேண்டிக் கொண்டே இருந்தேன். திடீர் என ஒரு நாள் அவருடைய கவிதை வாசித்துக் கொண்டிருக்கும் போதே பாடலாக எனக்குள் வருவதை கண்டு ஆச்சரியப்பட்டேன். ஏனென்றால் எனக்கு இசையின் அடிப்படை துளியும் தெரியாது. அப்படியே தொடர்ந்து அவருடைய ஐந்து பாடலை சுருதி போட்டு வைத்தேன். அவரோடு தொடர்ந்து உரையாடுவேன். அதைத்தொடர்ந்து ஓர் நாள் பரிசுத்த ஆவியின் துணையால் கவிதையும் எழுத தேவன் எனக்கு அருளினார். தொடர்ந்து நான் சமூகம், விழிப்புணர்வு, இலக்கியம், இயேசு கிறிஸ்துவை பற்றிய பாடல்கள் எழுதி வருகிறேன், கவிதை எழுத தேவன் ஐயா மூலமாக எனக்குள் இருப்பதை வெளிப்படுத்தி தந்தார். எனக்குள் தேவ கிருபையை கண்டேன். தொடர்ந்து ஆண்டவர் ஆச்சரியமாக வழிநடத்தி வருகிறார், இன்று அய்யா உடைய கவிதையை புத்தகமாக வருகிறதுக்காக தேவனை துதிக்கிறேன். என்னை கவிஞர் ஆக்கிய அற்புத கவிதை இதற்குள் இருக்கிறது. வாசிப்போம்! அற்புதம் பெறுவோம்!

இந்த கவிதை புத்தகத்தை வாசிக்கும் போது ஆண்டவராக இயேசு கிறிஸ்துவின் மூலமாக உங்கள் வாழ்க்கையிலும் அற்புதம் நடக்கும் என்று விசுவாசிக்கிறேன். எல்லா மகிமையும் இயேசு கிறிஸ்து ஒருவருக்கே.

இப்படிக்கு

V. மணிகண்டன்

தலைவர், **WISDOM LIGHT CHARITABLE TRUST**

முன்னுரை

இயேசு கிறிஸ்துவுக்குள் அன்பானவர்களுக்கு!

திருச்சிராப்பள்ளி மாவட்டம் மன்னச்சநல்லூர் வட்டம் இருங்கலூரில் வசிக்கும் A. தர்மராஜ் ஆகிய நான், ஆண்டவராகிய இயேசு கிறிஸ்துவை அறியாத குடும்பத்தில் பிறந்து சுண்ணாம்பு தயாரித்து விற்பனை செய்து வாழ்ந்து வந்தேன். என்னுடைய 62 ஆவது வயதில் இரட்சிக்கப்பட்ட இயேசு கிறிஸ்துவை சொந்த இரட்சகராக ஏற்றுக் கொண்டு ஞானஸ்தானம் எடுத்து அவருக்குள் வழி நடந்தேன். அன்றிலிருந்து கவிதை எழுத தேவன் எனக்கு அருளினார். 1968 ஆம் ஆண்டு 11ஆம் வகுப்பு தேர்ச்சி பெறாமல் போன என்னை. என்னுடைய 65 ஆம் வயதில் இருந்து இன்று வரை 2300 கவிதைக்கு மேல் எழுத தேவன் என்னை பயன்படுத்தி வருகிறார். நித்தமும் அவரே நினைத்து போற்றி நான் கவிஞராக வரவேண்டும் என்று கர்த்தரை வேண்டிக் கொண்ட போது கர்த்தர் எனக்கு கவிதை எழுத கிருபை தந்தார். வறுமையில் வாடினாலும் நித்தம் அவரைப்பற்றி எழுதுவதில் வாடாமல் எழுதி வருகிறேன்.

ஒரு நாள் எங்கள் ஊருக்கு ஆருயிர் சகோதரர் மணிகண்டன் அவரை சந்தித்தேன். அவர் கவிதைகளை புத்தகமாக வெளியிட யோசனை தந்தார். அதன்படி முதலில் 135 கவிதை நான் உங்கள் முன் சமர்ப்பிக்கிறேன். அவரும் அவர் நடத்தி வரும் WISDOM LIGHT CHARITABLE

TRUST மூலமாக இந்த புத்தகத்தை வெளியிட பெரும் உதவியாக இருப்பதற்காக தேவனை துதிக்கிறேன் ஸ்தோத்தரிக்கிறேன்.

கர்த்தராகிய இயேசு கிறிஸ்து இந்த புத்தகத்தை வாசிக்கிற உங்களையும் உங்கள் குடும்பத்தையும் ஆசீர்வதிக்கும்படி ஜெபத்துடன் வேண்டுகிறேன்

நன்றி

A. தர்மராஜ்

1. சந்தோசமாய்க் கண் உறங்க

இரத்தம் சிந்தியவரின் சித்தம் நிறைவேற
நித்தம் அவரைத் தேடுங்க! - அவர்
சத்தியத்தைக் கேட்க அத்தனைப் பேரும்
மொத்தமாய் சபையில் கூடுங்க!

பொய்யே இல்லாமல் வாய்மைக் கொண்ட
மெய்யனைத் துதித்துப் பாருங்க! – அந்த
ஐயனைப் போன்றவர் வையத்தில் இருந்தால்
கையை நீட்டிக் கூறுங்க!

பொருள் இல்லாப் பேருக்கெல்லாம் தன்
அருள் தந்துத் தேற்றுவார்! - பரம்
பொருளே என்று உருகி ஜெபிப்போருக்கு
இருள் நீக்கிப் போற்றுவார்!

பாவத்தைப் போக்க ஜீவனைக் கொடுத்த
தேவனை சபையிலாவதுத் துதியுங்க! - ஜீவனுக்குக்
காவல் காப்பவரை நாவார வாழ்த்தி
ஆவலாய் நெஞ்சிலேப் பதியுங்க!

ஒன்றுமே இல்லாமல் சென்ற ஜீவனைக்
கொண்டு வந்தவரைக் கொண்டாடுங்கள்! - முழங்கால்
மண்டிப் போட்டு வேண்டியதைக் கேட்டு
என்றும் அவரை மன்றாடுங்கள்!

குரலைக் கேட்டால் விரலை அசைப்பார்
கிருபைத் தானே இறங்கும்! - அது
இருதயம் தன்னில் இறங்கிச் சந்தோசமாய்
உங்கள் கண் உறங்கும்!

2. உம் கிருபை எனக்குப் போதும்

வையம் போற்றும் வைரமே உம்
வாய்மொழி யாவும் சிகரமே! - இயேசு
ஐயனே இறங்கி வாருமே என்
ஆக்கினைப் பெருந் துயரமே!

கண்ணால் பார்த்தால் போதுமே சிந்தும்
கண்ணீர் நின்று விடுமே! - தீய
எண்ணம் தொலைந்துப் போகுமே உம்மை
ஜெபிக்க மனம் தேடுமே!

சொல்லில் உண்டு சுகமே சொன்னால்
சோகம் நீங்கிப் போகுமே! - சிறு
நெல்லின் அளவுப் போதுமே பாவ
நெஞ்சம் பரிசுத்தம் ஆகுமே!

பொய்யில் விளைந்தப் பாவமே நீங்கிப்
புதிய வாழ்வு பெறுமே! - சின்னப்
பையனே என்றால் போதுமே எனக்குப்
பரிகாரம் வந்துச் சேருமே!

கைகளைத் தொட்டால் போதுமே கொண்ட
கவலை யாவும் தீருமே! - என்
மெய்யைத் தொட்டால் போதுமே உடனே
மேனிக்கு சுகம் வருமே!

மண்ணில் வந்தால் போதும் நா
மறவாமல் நாமத்தை ஓதும்! - தினம்
அன்னம் கொடுக்கும் ஆண்டவரே உம்
கிருபை எனக்குப் போதும்!

3. முழுவதையும் முழுமையாய் முடித்தார் முன்னவர்

குப்பையில் கிடப்போரை கோபுரத்தில் ஏற்றும்
கோ மகனே வருக! - இயேசு
அப்பா என்றுத் துதிக்கும் அனைவருக்கும்
ஆசிர்வாதத்தைத் தருக!

சப்பிட்டுப் போகாமல் சதாத் துதிப்போரின்
குரலைக் கேட்டு ருசிப்பவரே! - உம்மைக்
கூப்பிட்டோர் குரலைக் கேட்டதும் அவர்களுக்கு
கிருபையைத் தந்து ரசிப்பவரே!
தப்பித்தால் போதும் என்று வருவோரையும்
தாங்கள் அறிவர் தேவனே! - தங்களை
ஒப்புக் கொடுத்து உண்மையாய்த் துதிப்போரையும்
உணர்வீர் நித்திய ஜீவனே!

எப்பவும் இயேசுவே இயேசுவே என்றால்
என்னிடம் வர இயலா தென்றும்! - செய்தத்
தப்புக்கு மன்னிப்புக் கேட்க வேண்டும்
என்றீர் முழங்காலில் நின்றும்!

செப்பிய வார்த்தையைச் சிரமேற் கொண்டவரை
சீயோனில் சேர்த்துக் கொள்பவரே! - தன்னைச்
சொப்பனத்திலும் நினையாதவரை தனலாய் எரியும்
அக்கினியில் கொண்டுத் தள்பவரே!

துப்புரவுச் செய்ய தன் தூய ஆவியைத்
தரணியில் தந்துப் போனவரே! - தனது
முப்பத்து மூன்றரை வருடத்தில் முழுமையாய்
எல்லாம் முடித்தீர் வானவரே!

4. இயேசுவின் அற்புதம்

அற்பரை அருகே அழைத்தது அற்புதம்!
அவருக்கு அன்பைஅளித்தது அற்புதம்!
அச்சத்தை அகற்றி அரவணைத்தது அற்புதம்!
அநேக அற்புதம் அருளியது அற்புதம்!

ஆவியால் அவதாரம் எடுத்தது அற்புதம்!
ஆநிரையில் அனாதையாய் மலர்ந்தது அற்புதம்!
ஆசியை அனைவருக்கும் அளித்தது அற்புதம்!
ஆயுளுக்கும் ஆர்வமாய் ஆக்கியது அற்புதம்!
இன்னலுக்கு இறையாய் வந்தது அற்புதம்!
இருதயத்தை இயக்கி வருவது அற்புதம்!
இறைவனாய் எடுத்து உரைக்காதது அற்புதம்!
இறுதிவரை இயேசுவாய் இருந்தது அற்புதம்!

ஈசன் இம்சையைத் தீர்த்தது அற்புதம்!
ஈகைக்கு இலக்கணமாய் வாழ்ந்தது அற்புதம்!
ஈயார்க்கு ஈந்துக் காட்டியது அற்புதம்!
ஈடிணை இல்லாமல் தாழ்ந்தது அற்புதம்!

உலகமே உலாவித் திரிந்தது அற்புதம்!
உன்னதத்தை உயில் கலந்தது அற்புதம்!
உடலை உணவாய்த் தந்தது அற்புதம்!
உதிரத்தால் உலகை இரட்சித்தது அற்புதம்!

ஊராருக்கு வழி ஊட்டியது அற்புதம்!
ஊக்கமாய் உள்ளத்தில் உணர்த்தியது அற்புதம்!
ஊழ்வினை உய்விக்க உதவியது அற்புதம்!
ஊமையர் உள்ளத்தில் உட்புகுந்தது அற்புதம்!

எல்லோருக்கும் இயேசு செய்தது அற்புதம்!
எருசலேம் நாடே எதிர்த்தது அற்புதம்!
எவரையும் எதிர்த்துப் பேசாதது அற்புதம்!
எதிர்த்தவர் பின் தொடர்ந்தது அற்புதம்!

ஏனையோரையும் பிள்ளை என்றது அற்புதம்!
ஏளனம் பண்ணியவருக்கு இரங்கியது அற்புதம்!
ஏகாந்தத்தை எளிமையாய்ச் சொன்னது அற்புதம்!
ஏற்றவருக்கு எளிதில் கிடைத்தது அற்புதம்!

ஐயன் கொண்டு வந்தது அற்புதம்!
ஐயிரண்டுக் கட்டளையைத் தந்தது அற்புதம்!
ஐதீகம் யாவையும் அழித்தது அற்புதம்!
ஐயப் பட்டவருக்கும் கிடைத்தது அற்புதம்!
ஒன்றாய் உணவு அருந்தியது அற்புதம்!
ஒருவரே தேவன் என்றது அற்புதம்!
ஒருவனால் மரித்து உயிர்த்தது அற்புதம்!
ஒப்பாய் உலகிற்குக் காட்டியது அற்புதம்!

ஓயாமல் வேதத்தை ஓதியது அற்புதம்!
ஓதுவதற்கு சீடரை அழைத்தது அற்புதம்!
ஓதி, ஓதி உலகமேச் சென்றது அற்புதம்!

ஔடதமாய்ப் பூமிக்கு வந்தது அற்புதம்!
ஔசித்தராய் அனைவரையும் ஆக்கியது அற்புதம்!
ஔரசனாய் மக்களை ஏற்றது அற்புதம்!
ஔதாரியம் அருளிச் சென்றது அற்புதம்!

5. ஈடில்லா ஈசன்

ஈனாத கன்னி மரியாள் இயேசுவை
ஈன்றாள் இருளுக்கு ஒளியாய்! - அந்த
ஈசனோப் பாவியரை இரட்சித்து மீட்க
ஈந்தார் தன்னையேப் பலியாய்!

ஈய வந்த இயேசு தன்னைத் தினம்
ஈரந்தியாய்த் துதிக்கச் சொல்லி! - அவர்கள்
ஈடேறும் வண்ணம் ஆசியைத் தந்தார்
ஈடணையாய்ச் சேர்த்து அள்ளி!

ஈகைக் கொண்டு நற்செய்தியைச் சொல்லி
ஈங்கனம் இருந்தார் சந்தோசமாய்! - நல்ல
ஈவிரக்கம் கொண்டோர் ஏற்று அதில்
ஈடுபாடுக் கொண்டனர் பரவசமாய்!

ஈனப் புத்திக் கொண்ட சிலர்
ஈவுதாய்ச் சொல்லியும் கேளாமல்! - அந்த
ஈடில்லா தேவன் வார்த்தையை எதிர்த்து
ஈங்கில் விழுந்தார்கள் மீளாமல்!
ஈன்றொருக்கு மேலே நம்மைக் காத்தவரை
ஈங்கிசைச் செய்ய எண்ணி! - ஒரு
ஈளையைப் பிடித்து இழுத்து வந்தனர்
ஈவுதாய் வலையைப் பிண்ணி!

ஈனோர் தேவனை சிலுவையில் ஏற்றி
ஈதைக் கொடுத்தனர் சாவதற்கு! - விலாவில்
ஈட்டியால் குத்தியக் குருடருக்கு கிருபையை
ஈந்தார் பார்வைப் பெறுவதற்கு!

6. பள்ளிப் பிள்ளைகளுக்கு

விடியும் முன்னே வேதத்தை வாசித்தால்
வெற்றிப் பெறுவீர் பிள்ளைகளே! - உங்கள்
மடி நிரம்ப மகிழ்ச்சிப் பொங்கும்
மாசு இல்லா முல்லைகளே!

முடியாது என்று மறுத்துப் பேசாமல்
மூவொரு தேவனை நேசிங்க! - பள்ளிப்
பாடத்திற்கு முன்னே அவர் பரிசுத்த
நாமத்தை எழுதி வாசிங்க!

அடிக்கு ஒருமுறை அசைந்து நடக்கும்
யானையும் கூடக் கீழ்ப்படியும்! - துயரில்
துடிக்க வைக்கும் சாத்தானின் சகல
கிரியையும் அதோடு முடியும்!

படி அளப்பவரைப்பணிந்தால் பள்ளியிலே
முதல் மாணவனாய் வருவீர்! - உங்கள்
மடிச் சுமந்த மாதா பிதா மனம்!
குளிர மகிழ்ச்சித் தருவீர்!

கடிகாரம் முள்ளைப் போல கர்த்தர்
நாமம் காலத்தைக் கணிக்கும்! - திராட்சை
கொடியில் விளைந்த கனியைப் போல
வாழ்வு என்றும் இனிக்கும்!

தேடியச் செல்வம் திரண்டு இருந்தாலும்
தேவனின் நட்பு வேண்டும்! - அவரை
நாடிச் சென்றால் நல்லவனாய் வாழ
நாளும் மனதைத் தூண்டும்!

7. கொற்றவரைக் கொன்றான் கூட்டாளி

ஆவியால் வந்தால் அறியார் என்று
அவதாரம் எடுத்தீர் மனிதனாய்! - பூலோகப்
பாவியரை அழைத்து பாவத்தை மன்னித்து
பரிசுத்தப் படுத்தினீர் புனிதனாய்!

கூவி அழைத்ததம் கூடவே வந்தனர்
கூட்டாளியாய்ப் பன்னிரெண்டுப் பேர்! - அவர்கள்
தாவி வந்து உமக்குத் தலை வணங்கக்
கண்டது இந்தப் பார்!

நாவினிக்கும் உம் நற்செய்தியைக் கேட்டு
நாளும் இருந்தனர் நண்பனாய்! - அவர்கள்
சேவிக்கும் தன்மையைக் கண்டு சிநேகிதனாய்
ஏற்றுக் கொண்டீர் அன்பனாய்!
காவி அணியாமலும் கருத்து மாறாமலும்
காலம் கடத்தினர் தினம்! - சாத்தான்
ஏவி விட்டக் கணையால் இடையில்
மாறியது ஒருவனின் மனம்!

பூவில் அமரும் வண்டைப் போல அவன்
சுற்றிச் சுற்றித் திரிந்தான்! - உம்
சாவிற்கு வாங்கிய சம்பளத்தை எண்ணி
கன்னத்தில் முத்தம் சொரிந்தான்!

தூவி விட்டத் தூளைப் போல துஷ்டர்கள்
உம்மைக் கைப் பற்றி! - உம்
ஜீவிய காலத்தை முடித்தனர் கொண்டு
போய் சிலுவையில் ஏற்றி!

8. உதாரணமாய் வந்த உத்தமர்

ஆவியான இயேசுவை பாவியர்கள் சேர்ந்து
தாவிச் சென்றுப் பிடித்தனர்! - நமக்கு
சேவிக்க வந்து நாவினிக்கப் பேசிய
தேவனை யூதர்கள் அடித்தனர்!

நல்லவரைப் பிடித்து பொல்லாதவன் என்று
கொல்லக் கொண்டுச் சென்றனர்! - அந்த
கள்ளம் கபடம் இல்லாத இயேசு
உள்ளதைச் சொல்லிக் கொண்டனர்!

தொண்டுச் செய்வதைக் கண்டுப் பொறாமைக்
கொண்டுக் குற்றம் சாட்டினர்! - பாவம்
ஒன்றும் அறியா ஆண்டவரை அநியாயமாய்க்
கூண்டில் ஏற்றி வாட்டினர்!

சிலுவையைச் சுமந்து அழுதுப் போகையில்
பழுதுப் பண்ணியவன் என்று! - இரத்தம்
ஒழுக யூதர்கள் வெளுத்துக் கட்டவே
விழுந்தனர் தடுமாறிச் சென்று!

ஆணி அடிக்கையில் மேனி யாவும்
கூனிக் குறுகிக் கொண்டது! - மனித
பாணியில் வந்த வாணின் முத்துவின்
மேனி யில் ஆழமாய்ச் சென்றது!

நித்திய ஜீவன் செத்துப் போனதாய்
புதைத்து விட்டனர் சாதாரணமாய்! - அந்த
சத்தியம் தவறாத உத்தமர் உயிர்த்துக்
காட்ட வந்தார் உதாரணமாய்!!

9. தந்தையும் விந்தையும்

தரணியை நோக்கி தாழ்த்தி வந்த
தயவுள்ள தந்தையே! - சிறு
பிராணி முதல் ஜீவராசிகளுக் கெல்லாம்
படி அளப்பது விந்தையே!

வேறாய் எண்ணாமல் வேண்டுவோருக் கெல்லாம்
விணையைத் தீர்க்கும் தந்தையே! - ஒன்றுக்கு
நூறாய்க் கொடுத்து உதவுவதைப் பார்த்தால்
உந்தன் செய்கை விந்தையே!

யாராலும் முடியாததை முடித்துக் காட்டிய
யெகோவா என்னும் தந்தையே! - உந்தன்
பேரால் இந்தப் பூமியில் இன்றும்
புதுமை நடப்பது விந்தையே!

தரகன் ஒருவன் தன்னோடு இருந்தும்
தட்டிக் கழிக்காத தந்தையே! - அவன்
அரச குலத்தானுக்கு உம்மை அனுப்பியும்
அன்புக் காட்டியது விந்தையே!

உறவினர் போல உலகரோடு ஒத்து
வாழ்ந்து வந்த தந்தையே! - உந்தன்
இறவா ஜீவனை இறந்தாய்க் காட்டி
புதைக்க வைத்தது விந்தையே!

பிறரைப் போல தானும் இறக்கப்
பூமிக்கு வந்த தந்தையே! - உலகமே
மறக்க முடியா அளவிற்கு மூன்றாம் நாள்
உயிர்த்து வந்தது விந்தையே!

10. துதிச் செலுத்துவோம் தினம்

இருக்கும் நாளை இனிதாய்க் கழிக்க
இயேசுவை துதித்துக் கொள்ளுங்க! - அந்த
இரக்க முள்ள தேவனை இருதயத்தில்
இறைவனாய்ப் பதித்துச் செல்லுங்க!

புருவ அசைவில் புதுமைகள் நடந்ததை
பூலோகமேக் கண்டது நேரில்! - அவர்
உருவ அழகை ஒப்பிட்டுச் சொல்ல
ஒருவருமே இல்லை பாரில்!

விருந்து வைத்தார் மாம்சத்தைப் பிட்டு
விடுதலைப் பெறுவோ மென்று! - பானமாய்
அருந்தக் கொடுத்தார் இரத்தத்தைச் சிந்தி
பாவம் தீர்ப்பதற் கென்று!

மெருகுப் போட்ட மனிதர்களாய் வாழ
மெய்யாலுமேத் தந்தார் தன்னை! - மனம்
உருகக் கூடா தென்று உயிரையும்
கொடுத்துச் சென்றார் விண்ணை!

இருந்ததை எல்லாம் இழந்துப் போன
இயேசு ஒருவரே தேவன்! - நாம்
இருக்கும்வரை அவரைத் துதித்தால் நமக்கும்
உண்டு நித்திய ஜீவன்!

சிரமம் தாங்கி சிரம் தொங்கி
சிலுவையில் மரித்தார் நமக்காய்! - நாம்
கரம் கூப்பி பரனே என்றுத்தினம்
துதிச் செலுத்துவோம் அவருக்காய்!

11. அப்போது இப்போது

அப்போது அப்பா மாதிரி எண்ணி
ஆண்டவரோடு இருந்தான் யூதாசு! - பின்
தப்பான எண்ணத்தை அப்புறம் விதைத்தான்
யூதாசு மனதில் பிசாசு!

வேதத்தைப் படிக்கும் போதகரைப் பிடிக்க
யூதர்கள் தேடி அலைய! - இயேசு
பாதத்தைப் பணியும் யூதாசு வந்தான்
பாதகர் தன்பம் தொலைய!

இயேசுவைக் காட்டினால் காசுத் தருவதாய்
யூதாசு காதில் போட்டான்! - அதை
லேசாக எண்ணி இயேசுவைக் காட்ட
திட்டம் தீட்டி விட்டான்!

கன்னியின் மகனை அந்நியனாய் எண்ணி
இப்போது விலைப் பேசி! - அந்த
விண்ணின் வேந்தன் மண்ணில் போவதை
யோசிக்க வில்லை அவிவிசுவாசி!

அள்ளிக் கொடுப்பவருக்குச் சொல்லிக் கேட்டான்
கிரயம் எவ்வளவு என்று! - முப்பது
வெள்ளிக் காசு என்று யூதர்கள் எள்ளி நகையாடிக்
கொடுத்தனர் இதுவே சரி என்று!

கூடிச் சேர்ந்து நாடிச் சென்றான்
கொற்றவரைக் காட்டிக் கொடுக்க! - பொழுது
ஓடிப் போனதால் கூடி வந்தது இருள்
தீப் பந்தம் பிடிக்க!

12. செவ்வனேத் துதித்தால்தான்

ஒவ்வொரு மனிதனும் கடவுளுக்கு ஒவ்வொரு
பெயரை வைத்துப் போகிறான்! – அவன்
வெவ்வேறு விதமாய் வணங்கி கடைசியில்
வேதனைப் பட்டுச் சாகிறான்!

இவ்விதம் இறைவன் இருப்பார் என்று
இன்னும் பலர் அறியாமல்! - பிறரைக்
கவ்வி இழுக்குமாறு கடவுளே என்று
துதிக்கிறார்கள் இனம் புரியாமல்!
திவ்விய நற்கருணையைத் தேடி வந்து
தந்த தேவனை விட்டு! - பலர்
செளகரியம் போல் துதிக்கிறார்கள் தாங்கள்
வடித்தச் சிலையைத் தொட்டு!

பவ்வியமாய் வந்து பரிசுத்தப் படுத்திய
பரமனை நோக்கிப் பாராமல் - இது
எவ்விதமோ என்று ஏமாந்துப் போகிறார்கள்
இறைவனோடுப் போய்ச் சேராமல்!

ஒளடதமாய் வந்து அனைவரையும் இரட்சித்த
ஆண்டவர் இயேசுவை மறந்து! - தங்களை
ஒளசித்தராய் எண்ணிக் கொள்கிறார்கள் பலர்
தரணியில் மனிதனாய்ப் பிறந்து!

செவ்வனேத் துதித்தால் சீயோன் போகலாம்
சிந்தித்துச் செயலாற்றுங்கள்! - இனியாவது
அவ்வித வழிப்பாட்டை அகற்றி ஆண்டவர்
இயேசுவின் நாமத்தைப் போற்றுங்கள்!

13. இயேசுவின் வாய் மொழி

ஒன்றை இழந்தால் ஒன்றைப் பெறலாம்
என்பது உலகத்தார் பழமொழி! - இருப்பதில்
ஒன்றையும் இழக்காமல் இன்னொன்றைப்
பெறலாம்
என்பது இயேசுவின் வாய்மொழி!

கண்ணால் காணும் காட்சியில் கருத்து
வேறுபாடு இருக்கக் கூடாது! - நாம்
மண்ணால் வந்து மண்ணுக்கேப் போவோம்
என்பதையும் மறக்கக் கூடாது!

என்றும் நீதிமானாய் என்வழியில் நடப்பவருக்கு
எளிதில் புரியும் என்கிறார்! - ஜீவனைக்
கொன்று காரியத்தை வென்று வருவோர்
கொடுமையையும் காண்கிறார்!

சொன்னால் தீராது சுயமாய்ப் பிறந்தவரின்
சாத்திரத்தைச் சுவைத்துப் பாருங்கள்! - அந்த
மன்னன் கிறிஸ்துவின் மகிமையைப் படித்து
மற்றவருக்கு எடுத்துக் கூறுங்கள்!

உண்மை இதுதான் என்று அப்போது
இந்த உலகத்தாருக்குத் தெரியும்! - இயேசு
நன்மையே ஒவ்வொன்றிலும் செய்திருக்கிறார்
என்று நானிலமே அறியும்!

சென்ற ஜீவனை மீண்டும் பூமியில்
கொண்டு வந்தவர் அல்லவா! - அவர்
என்றும் ஜீவனைக் கொண்டவர் என்று
இன்னும் நான் சொல்லவா?

14. பின்னால் யாராலும் முடியாது

இயேசுவைப் போல வேசம் போடவே
மாசுகள் இருக்கக் கூடாது! - அந்த
நேசகுமாரனை கடவுளாய் நம்பாதவர் நடித்தால்
நிம்மதியாய் வாழ முடியாது!

காசுப் பணத்திற்கு ஆசைப்பட்டு
கரங்களை நீட்டக் கூடாது! - கண்
கூசும் ஒளியானவர் கண்டுக் கொள்வார்
காவியத்தில் சேர முடியாது!

பேசும் பேச்சைப் பிழையாய்ப் பேசி
பின்னால் வருந்தக் கூடாது! – முழு
விசவாசம் இல்லாமல் முயற்சிச் செய்தாலும்
மேடையில் ஏற முடியாது!

வேசம் தானே என்று வானவர் சொல்லை
வித்தியாசமாய்ச் சொல்லக் கூடாது! - பின்னால்
நாசமாய் நலிந்துப் போகையில் நானிலத்தில்
யாருமே காப்பாற்ற முடியாது!

நாசியில் ஊதி நடமாட வைத்தவரை
நாளும் மறக்கக் கூடாது! - மறந்து
காசியில் சென்று கங்கையில் மூழ்கினாலும்
கர்மத்தைத் தொலைக்க முடியாது!

யோசிக்காமல் செய்த யெகோவா தேவனுக்கு
கோபத்தை வரவழைக்கக் கூடாது! - பின்னால்
நீச நிலையில் படும் நிந்தையை விலக்க
நிலமதில் யாராலும் முடியாது!

15. பயணத்திலும் மறக்காதே பரிசுத்தரை

பாதைத் தெரிந்தும் பரமனை மறந்தால்
பயணத்தை முடிக்க முடியாது! - அங்கு
வாதை வந்து வழியை மறிக்கும்
விட்டு வைப்பது கிடையாது!

புதையல் போல பூமிக்கு வந்த
புனிதர் நாமத்தைப் போற்று! - கோதுமை
விதையைப் போல ஒன்றுக்கு நூறாய்த்
தருவார் அவரைப் பறைச்சாற்று!

போதையைப் போட்டு புத்தியை இழந்து
பொய்யில் வாழாதே சிறந்து! - பெரிய
மேதைப் போல் பேசுவாய் பின்னால்
மேலோகம் போகாய் இறந்து!

காதைப் பொத்தி கண்டதைக் கேட்காமல்
கர்த்தர் வார்த்தையைத் கேளு! - நல்லப்
பாதையில் பயணம் போய் பரத்தில்
பரமனோடுச் சேர்ந்து வாழு!
சதைக் குருதியைச் சாப்பிடக் கொடுத்தவரை
சதா துதித்தால் நல்லது! - வேறு
எதையும் யோசிக்காதே இயேசு வேதத்தில்
இப்படித்தான் எழுதி உள்ளது!

இதை யெல்லாம் கேட்டு இனியாவது
இன்றே மனம் திரும்பு! - உலகமே
உதைத்தாலும் நீ உறுதியாய் இருந்தால்
உன் வாழ்வு மலரும் அரும்பு!

16. யாருக்கு கிறிஸ்துமஸ் பண்டிகை?

கன்னி வயிற்றில் கருவாய்த் தரித்த
கர்த்தருக்கு கிறிஸ்துமஸ் பண்டிகை! - பாரில்
பண்பின் சிகரமாய் பரிசுத்த ஆவியால்
பிறந்தவருக்கு கிறிஸ்துமஸ் பண்டிகை!

மண்ணில் மழலையாய் மாட்டுத் தொழுவத்தில்
மலர்ந்தவருந்கு கிறிஸ்துமஸ் பண்டிகை! - அந்த
புண்ணியவான் பூமியில் அதிசயமாய்ப் பிறந்த
புதுமைக்கு கிறிஸ்துமஸ் பண்டிகை!

தண்ணீரைத் திராட்சை ரசமாய் மாற்றிய
தேவனுக்கு கிறிஸ்துமஸ் பண்டிகை! - தன்னோடு
பன்னிரு சீடர்களை நண்பராக்கிய
பரமனுக்கு கிறிஸ்துமஸ் பண்டிகை!
கண்ணில் கிருபைக் கொண்டு வந்த
கடவுளுக்கு கிறிஸ்துமஸ் பண்டிகை! - இந்த
மண்ணில் வந்து மகிமைச் செய்த
மகாதேவனுக்கு கிறிஸ்துமஸ் பண்டிகை!

சன்மார்க்கம் சொல்ல சாட்சியாய் வந்த
சர்வேசுவரனுக்கு கிறிஸ்துமஸ் பண்டிகை! - அரசர்
தன்மார்க்கரால் அவணியில் ஆக்கினை அடைந்த
ஆண்டவருக்கு கிறிஸ்துமஸ் பண்டிகை!
மன்னன் தீர்ப்பால் மரணத்தை ஏற்ற
மகிபனுக்கு கிறிஸ்துமஸ் பண்டிகை! - சிலுவை
தன்னில் தொங்கி ஜீவனை விட்ட
சிற்பிக்கு கிறிஸ்துமஸ் பண்டிகை!

17. சிலுவை நிழலில்

சிலுவையின் நிழலில் சிறிது நேரம்
தங்கியிருந்து இளைப்பாற! - நான்
அழுதுக் கொண்டேச் சென்றேன் ஆண்டவரை
அனுமதிக் கேட்டு களைப்பாற!

முழுவதும் என்னை ஒப்புக் கொடுத்து
முழங்கால் மடக்கி நின்றேன்! - கண்ணில்
ஒழுகும் நீரைத் துடைத்து என்னை
உற்று நோக்கக் கண்டேன்!

தொழுவோர் துயரம் போக்கிக் காக்கும்
தேவன் நான் என்று! - பாவப்
பழுதை எல்லாம் மன்னிப்பேன் என்றார்
பக்கத்தில் வந்து நின்று!

தழுவிக் கொள்ள கரங்களை நீட்டி
தாவி வந்தார் தாகமாய்! - காலில்
விழுந்து வணங்கி விபரம் சொல்ல
நானும் சென்றேன் வேகமாய்!

இழுவையாய் இழுக்காமல் இந்த நிழலில்
இரு என்றுச் சொல்லி! - பாவத்தைக்
கழுவி விட்டேன் கலங்காதே என்றார்
கையோடுச் சேர்த்து அள்ளி!

புழுவாய்த் துடித்துப் புலம்பிப் போனேன்
புனிதர் இயேசு நோக்கி! - சிலுவை
நிழலில் என்னைத் தங்க வைத்து
அனுப்பினார் பாவத்தைப் போக்கி!

18. உண்மையான இறைவன்

உண்மை இறைவன் என்பதை மரித்து
உயிரித்துக் காட்டினார் இயேசுங்க! - அந்த
உண்மையானத் தேவனைப் பற்றிப் போய்
உலகம் எங்கும் பேசுங்க!

உருவில் மனிதனாய் வேறொரு தேவன்
உலகிற்கு வந்ததும் இல்லை! – அவைகளை
உருக்கமாய் வேண்டியும் உதிரம் சிந்தி
உதவிச் செய்ததும் இல்லை!

உடன் பன்னிரெண்டுச் சீடர்களோடு இயேசு
உன்னதத்தைச் சொன்னார் ஊரங்கும்! - இதனை
உள்ளூர ஏற்றவர் வாழ்வில் என்றும்
உயர்வார் என்றார் யூதசிங்கம்!

உள்வரியாய் வந்தவர் உத்தமர் என்று
உணராமல் யூதர்கள் கூடி! - யூதாசை
உள்ளுரையாய் அழைத்துப் பேசினர் இயேசு
உயிரைக் கொல்வதற்குத் தேடி!

உடலைப் புண்ணாக்கி ஊரறிய அடித்து
உயர்ந்த சிலுவையில் ஏற்றி! - இனி
உச்சியார் இவன் இல்லை என்று மக்கள்
உணர்வார்கள் என்றனர் பறைச்சாற்றி!

உபதேசம் பண்ணியவரைக் கொன்று மண்ணின்
உள்ளே மூடி விட்டனர்! - தங்க
உலோகம் போல மூன்றாம்நாள் இயேசு
உயிர்த்து எழுந்து விட்டனர்!

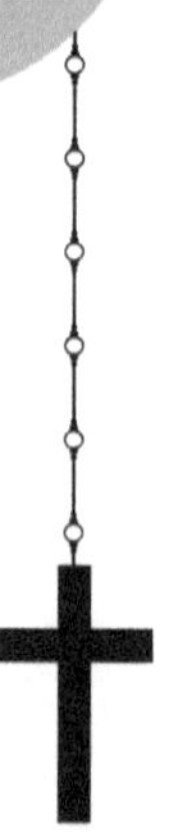

19. வேத ஏட்டில் இயேசு!

பேட்டிக் காண புதுமையாய்ப் பிறந்து
பூமிக்கு வந்தார் இயேசு! - மக்களை
கூட்டி வைத்து மாசுகளை நீக்க
மகிமைச் செய்தார் இயேசு!

வீட்டில் இருந்தே வேண்டிக் கொண்டாலும்
விடுதலை தருவார் இயேசு! - நல்லப்
பாட்டுக்கள் பாடி பாவத்தைச் சொன்னால்
பரிசுத்தப் படுத்துவார் இயேசு!

கூட்டுத் திருப்பலியில் கலந்துக் கொண்டாலும்
கூட இருப்பார் இயேசு! - ஜீவ
ஏட்டில் நம் பெயரை தானே
எழுதி விடுவார் இயேசு!
ஈட்டிப்போல் ஒவ்வொரு வார்த்தையையும்
இதயத்தில் பதித்தார் இயேசு! - கரம்
நீட்டிக் கைக் கொண்டோரை யெல்லாம்
ஆசீர்வதித்தார் இயேசு!

காட்டிய வழியைக் கடத்துச் செல்ல
கைக் கொடுப்பார் இயேசு! - துயர்
வாட்டி வதைத்தால் வாதையை விலக்க
வந்து விடுவார் இயேசு!

கேட்டில் விழுந்தோருக்காய் குருதி, ஜீவனைக்
கொடுத்துப் போனார் இயேசு! - வேத
ஏட்டில் எல்லோரும் ஏற்க எழுதி
வைக்கப் பட்டார் இயேசு!

20. பெற்றவர் செய்யாததை பிதாசெய்தார்

மற்றவரைப் போல மக்களை ஏமாற்றினேன்
மனதில் அமைதி இல்லை! - நான்
கற்ற வித்தையால் காசைச் சேர்த்தேன்
கருமம் விட வில்லே!

கருமம் தொலைய கர்த்தரின் காலடியில்
கண்ணீர்ச் சிந்தித் துதித்தேன்! - அந்த
தருமன் தரணியில் காட்டியத் தடத்தைக்
கேட்டு நெஞ்சில் பதித்தேன்!

ஐம்புலனை அடக்கி ஐயனை நோக்கி
வாரும் என்று அழைத்தேன்! - அந்த
மெய்யான தேவன் மெய்யில் புகுந்ததும்
செய்த கர்மத்தைத் தொலைத்தேன்!

வட்டிக்கு வாங்கிக் கொட்டிக் கொடுத்தேன்
வெட்டியாய்ப் போச்சு காசு! - பாவத்தைக்
கொட்டி அளந்ததும் தட்டிக் கொடுத்து
மீட்டு எடுத்தார் இயேசு!

இந்த மாதிரி சொந்த இரத்தத்தைச்
சிந்திப் பெற்றவரும் கொடுக்கல! - எனக்கு
வந்த வாதையை அந்தப் பெற்றோரும்
வந்து அதனை தடுக்கல!

தஞ்சம் அடைந்த கொஞ்ச நாளிலே
நெஞ்சம் குளிர்ந்தது வாழ்வில்! - இனிப்
பஞ்சம் இல்லாமல் எஞ்சியக் காலம்
மஞ்சத்தைக் காணும் உலகில்!

21. குழந்தையை போல நினைப்பார்

தெருவில் நின்று தேம்பி அழுவோரை
தேற்றி எடுத்த தேவா! - மனித
உருவில் வந்து மகிமையைக் கொண்டு
மகிழச் செய்த ஜீவா!

கருவாய் உருவாகும் முன்னே அவரைக்
கண்டு அறிந்தவர் அல்லவா! - உம்
கிருபை என்று அதை நான் இங்கு
காண்போருக்கு எடுத்துச் சொல்லவா!

திரும்பும் திசை எல்லாம் உம்முடைய
தெய்வீக வாசனை வீசும்! - அதனை
விரும்பி சுவாசப்போரைக் கண்டால்
உம் மனம் அவரோடுப் பேசும்!

இரும்பாய் இருக்கும் மனதை உம்மால்
இளக வைக்க முடியும்! - சின்னத்
துரும்புக் கூட நீர் சிரம் அசைத்தால்
உமக்குக் கீழ்ப் படியும்!

கருப்பு வெள்ளை மனிதர் என்றுக்
கணக்குப் போட மாட்டீர்! - தான்
இருக்கும் இதயம் கண்டால் அவர்களை
ஒருபோதும் கைவிட மாட்டீர்!

கரும்பாய் இனிக்கும் உம் சொல்லைக்
கேட்போரை கட்டி அணைப்பீர்! - அவர்
அரும்பு முளைத்த ஆம் பிள்ளையாய் இருந்தாலும்
குழந்தையைப் போல நினைப்பீர்!

22. அடையாளம் காட்டினார் பிதா

கல்லும் கரையும் அளவுக்கு கர்த்தர்
கையில் கிருபை உண்டு! – அவர்
சொல்லுக்கு செவி சாய்த்தால் யாருக்கும்
சொர்க்கத்தில் இடம் உண்டு!

புல்லில் இருந்து பூக்களை மலர
வைப்பது அவர் திட்டம்! - யாருக்கும்
பொல்லாங்கு செய்யாதவர் வீட்டில் எப்போதும்
வராது நெருக்கடி கட்டம்!

கல்லை நாராய் உரித்து கயிறாய்த்
திரிப்பவர் அவர் மட்டுமே! - தன்
உள்ளம் தன்னை ஒப்புக் கொடுப்பவருக்கு
அவர் கிருபை கிட்டுமே!

வில்லங்க மின்றி வேதத்தை வாசித்தால்
வேண்டியச் செல்வம் சேரும்! - பெரும்
பள்ளம் படுகுழியும் பாதம் பட்டதும்
சமப் பாதையாய் மாறும்!

துள்ளிக் குதித்து சபைக்கு செல்வோருக்கு
தூரத்தில் வரும் சாவு! - இதில்
எள்ளளவும் சந்தேகம் இல்லை இடையில்
வாங்க மாட்டார் காவு!

அள்ளும் பகலும் அவரையேத் துதித்தால்
ஆயுளைத் தருவார் கூட்டி! - தான்
இல்லாமல் ஏங்குவோருக்கு அடையாளம் காட்டினார்
தன்னைச் சிலுவையில் மாட்டி!

23. சீமையோரால் மரித்த ஜீவன்

ஈ எறும்பைக் கூட கொல்லாத
இயேசு நாதா! - உம்
வாய்ச் சொல்லால் உம்மை ஈன்று
எடுத்தாள் மாதா!

தாய் என்றப் பெருமையைத் தந்துச்
சென்றீர் அன்னைக்கு! - அதனால்
தரணியில் பலர் தெய்வம் என்று
துதிக்கிறார்கள் இன்னைக்கு!

பாய்ப் போட்டு உறங்க வைக்க
இடமும் இல்லை! - இந்தப்
பாரினில் உமக்குப் பரிதாபம் காட்ட
ஒருவரும் இல்லை!

பேய்ப் பிசாசுக் கூட உம்மால்
பிழைத்துப் போனது! - அதனால்
பிதாவின் குமாரன் என்று உமக்குப்
பேர் ஆனது!

காய் இனிக்காது என்றுக் கனியைக்
கொடுத்தீர் மக்களுக்கு! - அந்தக்
கருணைக்கு ஆளாகிப் போனீர் உயிர்ப்
போகும் சிக்க ளுக்கு!

சேய் என்று எங்களைச் செல்லமாய்க்
கொஞ்சிச் சிரித்தீர்! - அதை
சிந்தித்துப் பாராத சீமையோர் சிலரால்
சிலுவையில் மரித்தீர்!

24. வாரிசுக்கும் வரும் நன்மை

சிலுவையைச் சுமந்து சிரசினில் முள்முடி
சூட்டிக் கொண்டுப் போனவர்! - உடலில்
வலுவை இழந்தும் வழியைக் கடந்து
வரலாறுப் படைத்தார் வானவர்!

கழுமரம் சுமந்து கண்ணீரோடு செந்நீர்
சிந்திப் போனார் அன்று! - அதனால்
பழுதுப் படாத பரமன் என்று இந்தப்
பாரோர் துதிக்கிறார் இன்று!

அழுவோர் ஆறுதல் அடைய ஆறரை
நாளில் உயிர்த்து வந்தார்! - தொடர்ந்து
தொழுவோர் தொல்லை நீங்க தூயவர்
துரிதமாய்க் காட்சித் தந்தார்!
வெளுத்துக் கட்டுங்கள் என்று அடித்தனர்
யூதர்கள் ஒன்றுக் கூடி! - உயிர்த்து
எழுந்ததும் உண்மையில் இறைவன் என்று
துதித்தனர் அவர் முகம் நாடி!

கொளுத்துப் போனவர் பிடிவாதத்தால் தீர்ப்புக்
கூறினேன் என்றுச் சொல்லி! -பிலாத்து
பழுத்தப் பழம் போன்றவர் உயிருக்கு
வைத்தேனே என்றான் கொல்லி!

புளுவாய்த் துடித்துப் போனவர் மீண்டும்
பூமிக்கு வந்தது உண்மை! - வான்
நிலவக்கும் மேலே உள்ளவரை வணங்கினால்
வாரிசுக்கும் வரும் நன்மை!

25. உலகமே உன் வசம் ஆகும்

தேவைக்கு மட்டும் தேவனைத் தேடும்
மனிதா கொஞ்சம் நில்லு! - கன்னிப்
பாவை வயிற்றில் பிறந்த பரிசுத்தரைப்
பிறரிடம் எடுத்துச் சொல்லு!

புனிதர் இயேசு புதுமையைச் சொன்னால்
பூலோகமே கேட்டு வியக்கும்! - பிற
மனிதரிடம் அதனை எடுத்துச் சொன்னால்
நமக்கு நன்மைப் பயக்கும்!

குடும்பமாய்ச் சேர்ந்த கூடித் துதித்தால்
கோடிப் புண்ணியம் கிடைக்கும்! – அவரை
உடும்புப் பிடியாய்ப் பிடித்துக் கொண்டால்
சிந்தும் கண்ணீரைத் துடைக்கும்!

இருவழிப் போகாமல் இயேசுவை மட்டும்
தினம் துதித்துப் பாரு! - உன்னை
ஒருவழியாய் உயர்த்தி உச்சக் கட்டத்தில்
உயர்த்துவார் உலகத்தாரிடம் கூறு!

வேத ஓலையை விரும்பி எடுத்து
வாசித்து வாழ்ந்தால் போதும்! - அறுசுவை
சாத இலை சாப்பாடுப் போல சதா
காலமும் கிடைக்கும் எப்போதும்!

சொன்னதைக் கேட்கும் போதே உன்
நினைவு சொர்க்கம் போகும்! - இயேசு
உன்னதர் ஒருவரையே தினம் துதித்தால்
உலகமே உன்வசம் ஆகும்!

26. ஆண்டவரே உமக்கு நன்றி

இரவும் பகலும் எந்த நோழும்
உந்தன் ஞாபகம் இயேசப்பா! - என்
வரவு செலவுக்கு வழியைக் காட்ட
வையத்தில் வந்து பேசப்பா!

உறவு முறையாய் உள்ளவர் எல்லாம்
ஓரமாய் ஒதுங்கிச் செல்கிறார்கள்! - காஞ்ச
சருகாய் காற்றில் பறப்பப் போல
என்னை எண்ணிக் கொள்கிறார்கள்!

மரபு மாறாமல் இருக்க உலகிற்கு
திறவு கோலாய் வந்தவரே! - எதையும்
பிறகு பார்க்கலாமென்று சொல்லாமல்
உடனே கிருபையைத் தந்தவரே!

தாராள பிரபு என்பதை நிரூபிக்க
தன்னையேத் தந்தீர் அன்று! - அதனால்
ஏராளமான மக்கள் இறைவனா எண்ணி
உம்மைத் துதிக்கிறார்கள் இன்று!

வறட்சி கொண்டதால் வா வென்றேன்
வந்து விட்டீர் தேவா! - எந்தப்
புரட்சியும் பண்ணாமல் புதுமையை எனக்கு
தந்து விட்டீர் ஜீவா!

ஆறாத் துயரில் அடியேனைக் காக்க
அக்கணமே வந்தீர் தோன்றி! - அதுவும்
ஊரார் பார்க்க தோன்றி வந்தீர்
ஆண்டவரே உமக்கு நன்றி!

27. மண்டிப் போட்டு வேண்டுவேன்

சோலியைத் தடுக்க வேலி எடுத்தாலும்
காலிப் பண்ணி விடுவேன்! - அன்று
ஆழியில் நடந்து உழியம் செய்தவர்
காலில் விழுந்து விடுவேன தொடுவேன்!

கோபம் கொள்ளாமல் பாவம் என்று
தேவன் ஏற்றுக் கொள்வார்! - என்
ஜீவன் உள்ளவரை காவல் காத்து
ஆவலைத் தீர்த்துச்செல்வார்!

நடையைப் பார்த்து இடையில் வரும்
சோடையை நீக்கி விடுவார்! - பெரும்
படையே வந்தாலும் தடைச் செய்யாமல்
முடையைப் போக்கி விடுவார்!

அறியாப் பிள்ளை தெரியாமல் செய்தான்
புரிய வைக்கிறேன் என்று! - எனக்கு
பெரிய அற்புதத்தை வாரிக் கொடுக்க
மாரியாய் வருவார் இன்று!

சொன்னதைச் செய்ய உன்னதமாய் இந்த
மண்ணில் வந்தவராச்சே! - என்
எண்ணம் ஈடேற தன்னையேத் தந்த
புண்ணியர் ஜீவன் போச்சே!
கொண்ட தூயர் சென்றப் பின்னே
கண்டு மகிழ்கிறேன் இன்று! - இனி
மாண்டு மடியும் வரை மண்டிப் போட்டு
வேண்டிக் கொள்வேன் நின்று!

28. ஆர்வமாய் போவோம் உயரம்

ஒன்றுக் கொன்று ஒத்துக் கொள்ள
ஒவ்வாமல் இருக்கும் தெய்வம்! - அதில்
ஒன்றை மட்டும் உறுதியாய்த் துதித்தால்
ஒளிமயமாய் மாறும் இதயம்!

இரண்டு தேவனை இன்னலுக்கு துதித்தால்
இரண்டிற்கும் வேறுபாடு உண்டு! - நாம்
இறுதிவரையில் ஒன்றையேத் துதித்தால்
இரங்கிச் செய்யும் தொண்டு!

மூன்று நாமம் கொண்ட மூவொருவர்
மூச்சாய் நம்மில் இருக்கிறார்! – அவரை
முழங்காலில் நின்று முழுமையாய் துதித்தால்
முரண்பாடு எல்லாம் பொறுக்கிறார்!

நான்கு நாட்களுக்கு முன் இறந்தவனை
நன்கு எழுப்பியவரை நம்பு! -இந்த
நானிலம் வியக்க நம்மைக் காப்பார்
நமக்கு வரும் தெம்பு!

ஐயம் தீர்க்க அஞ்சாமல் வந்த
ஐயனை ஏற்றுக் கொள்ளு! - அவர்
ஐயிரண்டு கட்டளையை ஆழ் மனதில்
ஐதீகமாய் ஏற்றுச் செல்லு!

ஆறு குளம் நீந்தி வந்தாலும்
ஆறாது நம் துயரம்! - சிலுவையில்
ஆறாத் துயர் அடைந்தவரைத் துதித்தால்
ஆர்வமாய்ப் போவோம் உயரம்!

29. உம்மைப் போல உலகில் யார்?

நல்லது கெட்டது நாளும் தெரிய
நற்செய்தியைச் சொல்லித் தந்தீர்! - வாழ்வில்
கள்ளம் கபடம் இல்லாமல் வாழ
கற்றுக் கொடுக்கவும் வந்தீர்!

பள்ளம் படுகுழி பரலோகம் யாவுக்கும்
பாதைக் காட்டி வாழ்த்தினீர்! –தீய
உள்ளம் கொண்டவர் திருந்தி வாழ
தன்னைத் தானே தாழ்த்தினீர்!

தெள்ளத் தெளிவாய் தெரியப்படுத்திப் போக
தேடி வந்தீர் புனிதனாய்! - பாவ
உள்ளம் கொண்டோர் பார்வைக்குத் தெரியாமல்
பாரினில் வாழ்ந்தீர் மனிதனாய்!

அல்லும் பகலும் ஆராதனைச் செய்வோருக்கு
அன்புக் கரங்களை நீட்டி! - உம்
சொல்லுக்குக் கீழ்ப்படிந்தோரை சொர்க்கத்திற்கு
அழைத்துப் போவீர் கூட்டி!

இல்லம் தோறும் இறைவா என்போருக்கு
இறங்கிச் செய்வீர் அற்புதம்! - கொடியப்
புல்லரும் உமது புதுமையின் மூலம்
பெற்றுக் கொள்வார் நற்பதம்!

சொல்லாலே கொண்ட சோகம் தீர்க்க
சுயமாய் வந்தீர் நீர்! - பக்திக்
கொள்ளும் அளவுக்கு பாடம் சொல்ல
உம்மைப் போல் உலகில் யார்?

30. ஆசியை தருவார் ஆண்டவர்

அள்ளிக் கொடுக்கும் ஆண்டவர் நாமத்தை
சொல்லித் துதிக்க வேண்டும்! - நம்மில்
பள்ளிக் கொண்டவர் பரவசம் அடைந்து
துள்ளிக் குதிக்க வேண்டும்

பாவத்தைப் போக்கி பரிசுத்தப் படுத்த
ஜீவனையேத் தந்தவர் அல்லவா! - அந்த
தேவனின் கிருபையை அன்றுச் சொன்ன
நோவாவைப் போல சொல்லவா!

பாதம் பணிந்து பக்தியோடு அவர்
வேதத்தை வாசித்துப் பாடுங்கள்! - எந்த
சேதமும் நெருங்காது என்பதைத் தெரிந்ததும்
கீதம் முழங்கக் கூடுங்கள்!

கேளிக்கு ஆளானால் அந்தக் கேவலச்
சோலியை முடிந்து விடுவார்!. அன்று
ஆழியில் நடந்த ஆண்டவர் எதையும்
நாழியில் செய்து விடுவார்!

காலைக் கதிரவனைப் போன்ற கர்த்தரை
வேளைத் தவறாமல் பாடுங்கள்! - வீணே
நாளை ஓட்டாமல் நாளும் வேத
ஓலைப் படி அவரைத் தேடுங்கள்!

இயேசு ஒருவரையே இறைவனாய் எண்ணி
விசுவாசமாய் துதித்தால் வருவார்! - அந்த
மாசில்லா தேவன் மரணப் பரியந்தம்
ஆசியை நமக்குத் தருவார்!

 31. ஒளவித்தலில்லா ஆண்டவர்

அன்பை அனைவருக்கும் அள்ளி வழங்க
அற்புதுமாய் அவதரித்த தேவனே! - அந்த
அன்பில் கொஞ்சம் அடியேனுக்குத் தந்து
அருளும் நித்திய ஜீவனே!

ஆசிர்வாதமாய் எனக்கு அளிந்து விட்டீர்
ஆநிரை தொழுவத்தில் தோன்றி! - என்
ஆயுள் வரைக்கும் அதற்கு நான்
ஆராதனையில் காட்டுவேன் நன்றி!

இருதயத்திலிருந்து என்னை இயக்கும்
இனிய நாமத்திற்கு ஸ்தோத்திரம்! - நான்
இன்னொருமுறை உம்மை மனிதனாய்க் காண
இரங்கி வாரும் சீக்கிரம்!

ஈரைந்துத் திங்கள் சுமந்து உம்மை
ஈன்றாள் மரியாள் கன்னி! - உந்தன்
ஈகைக் குணத்தைக் கண்டு உலகமே
ஈசனாய் வணங்குகிறது எண்ணி!

உலகம் உம்மைக் கண்டுக் கொள்ள
உருவில் வந்தீர் மனிதனாய்! - பல
உன்னதங்கள் செய்து உயிரைக் கொடுத்து
உயிர்த்தும் வந்தீர் புனிதனாய்!

ஊழியம் செய்ய வந்து நற்செய்தியை
ஊரெங்கும் தெரியப்படுத்தி! - அந்த
ஊழியர் நானே என்று அனைவரையும்
ஊக்குவித்தீர் தன்னை அறிமுகப்படுத்தி!

எல்லாம் படைத்தவராயிருந்தும் வந்தீர்
எளியக் கோலம் கொண்டு! - அதை
எண்ணிப் பாராமல் இன்றும் வாழ்வோர்
எத்தனையோப் பேர் உண்டு!

ஏகம் என்று எவருக்கும் சொல்லாமல்
ஏழை மனிதனாய் வந்து! - புவியோர்
ஏனையோரையும் மகனே, மகளே என்று
ஏந்தினீர் கிருபையைத் தந்து!

ஐந்து அப்பம் இரண்டு மீனை
ஐயப் படாமல் பிட்டு! - அதனை
ஐயாயிரம் பேருக்கு அறுசுவை யாக்கினீர்
ஐஸ்வர்யம் போல் இட்டு!

ஒருவரே தேவன் என்று உம்மை
ஒவ்வொருவரும் கண்டுத் துதிக்க! - நீர்
ஒளியாய் இல்லாமல் உருவாய் வந்தீர்
ஒருமனமாய் முத்திரைப் பதிக்க!

ஓதும்போது ஒருசில யூதரால் இரண்டுமுறை
ஓடி ஒளிந்தீர் மறைவாய்! - மீண்டும்
ஓயாமல் உபதேசம் பண்ணி செய்தியை
ஓவியமாய் முடித்தீர் நிறைவாய்!

ஒளவித்தல் இல்லாமல் அனைத்து மனிதரையும்
ஒளரசனாய் எண்ணி வந்து! -அவர்களை
ஒளசித்தியமாக்க ஆவியைத் துறந்தீர் அதற்கு
ஒளடதமாய்த் தன்னையேத் தந்து!

அஃதே ஒளவித்தலில்லா ஆண்டவர்.

32. நேரில் வந்த நேசரின் நிலை

கடவுளே என்று உம்மைக் கும்பிடுவோர்
நேரில் கண்டுக் கொள்ள! -நீர்
கன்னியின் வயிற்றில் பரிசுத்த ஆவியால்
பிறந்தீரா வந்துச் சொல்ல!

படமாய் வைத்தும் பதுமையாய்ச் செய்தும்
பணியாதீர் என்றுச்சொல்லி! -நல்ல
தடம் காட்ட வந்தீர் பாவியரையும்
சேர்த்து அனைத்து அள்ளி!

உடலும் சதையுமாய் உருவில் மனிதனாய்
ஒருமுறை வந்தீர் அன்று! - சுவிசேஷத்தை
இடம் பொருள் ஏவல் பார்த்துச்சொன்னீர்
பூமியில் எங்கும் சென்று!

கடலும் காற்றும் கூட உம் சொல்லை
கீழ்ப் படிந்துக் கேட்டது! - அத்
திடலில் நின்றவர் நெஞ்சில் உம்மை
தேவனாய்க் காட்டி விட்டது!

நடவாத ஒன்றை நடத்தி நாட்டியதால்
சிலருக்குச் சிலிர்த்ததுச் சிகை! - இது
அடாதச் செயல் என்று ஆத்திரம் கொண்டு
உம்மீது கொண்டனர் பகை!

விடயம் தெரிந்த வேண்டாம் என்றார்
வேந்தன் விசயத்தைச்சொல்லி! - வீணானத்
தடயம் காட்டி தகாத முறையில் உம்
உயிருக்கு வைத்தனர் கொல்லி!

33. இரத்தமும் சித்தமும்

சாட்டையால் அடித்ததில் சர்வேசுவரன் மேனி
சல்லடைக் கண்ணானது! – ஒவ்வொரு
ஓட்டையிலிருந்து ஒழுகிய உதிரத்தால்
உடலேப் புண்ணானது!

பொன்னிற மேனி பொறுக்க முடியாமல்
துடித்தது புழுவைப் போல! – அந்த
வெண்ணிற மனத்தார் வேதனை அடைந்தார்
நாம் நலமாய் வாழ!

சிரசில் சிந்திய இரத்தத்தால் சிலுவையைச்
சுமக்க முடியாமல் போக! – சீமோன்
சிறிது தூரம் சுமந்தார் இயேசு
கல்வாரியில் போய்ச் சாக!

கூரிய ஆணியால் அடிக்கையில் குருதி
கொப்பளித்து வெளியே வந்து! – பாவத்தில்
ஊறிக் கிடந்தோரை உன்னதராக்கியது
அது கிருபையைத் தந்து!

ஈட்டியால் விலாவில் பாய்ச்சி இழுத்ததும்
இரத்தமும் நீரும் பீரிட்டது! – அந்த
ஈசனின் இரத்தம் பட்டு குத்தியவன்
குருட்டுக்கண் பார்க்க நேரிட்டது!

எல்லோரையும் இரட்சிக்க இயேசு கிறிஸ்து
பூமியில் சிந்தினார் இரத்தம்! –அனைவரும்
நல்லோராய் வாழ வேண்டும் என்பதே
அந்த ஆண்டவரின் சித்தம்!

34. செந்தணலில் காத்த தேவன்

எனக்கு என்று எடுத்து வைத்ததை
எப்போது தருவீர் இயேசப்பா! - எண்ணாத
எண்ணம் எல்லாம் எண்ணி எண்ணி
ஏங்குகிறேன் என்னோடுப் பேசப்பா!

கனவிலும் காண முடியாது கன்னியின்
வயிற்றில் பிறந்த அற்புதத்தை! - என்
தனத்திற்குரியவரே என்று கை எடுத்து
கும்பிடுகிறேன் உம் பொற்பாதத்தை!

தினம் உம்மைத் தேடுவோரை யெல்லாம்
தெரிந்துக் கொண்டு தேவர்! - அவர்கள்
மனம் மகிழ மன்றாடும் போதெல்லாம்
மகிமைச் செய்கிறீர் ஜீவா!

பணமே உமக்குப் பகையாய் மாறி
பரிசுத்த ஜீவனைக் கொன்றது!- அரக்கக்
குணம் கொண்டவரும் அடிப்பணிய ஜீவன்
மீண்டும் எழுந்து நின்றது!

உனக்கு என்ன வேண்டுமானாலும் என்
நாமத்தினால் கேள் என்றவரே! - நீர்
தனக் கென்று எதையும் வைக்காமல்
தன் ஜீவனையேத் தந்துச் சென்றவரே!

அணலாய் எரியும் அக்கினியில் அடியேன்
அலைமோதும் அவதியைப் பார்த்து! - செந்
தணலில் என்னைச் சிக்க விடாமல்
தாங்கினீர் சேர்த்த அணைத்து!

35. உண்மையானக் கடவுள்

இறந்தப் பின்னும் இயேசுவின் இரத்தத்தில் சத்தியமாய்
ஜீவன் இருந்தது! - விலாவில்
ஈட்டியால் குத்தி இழுத்ததும் அப்போது
அது வெளிப்படையாய்த் தெரிந்தது!

ஜீவனை இழந்திருந்தால் இரத்தம் பீரிட்டு
வெளியே வந்திருக்காது! – நம்
பாவம் போக்க வந்த பரிசுத்தர் என்று
காட்சித் தந்திருக்காது!

தேவன் இறந்திருந்தால் ஈட்டியில் இரத்தம்
ஒட்டிக் கொண்டே வரும்! - குத்திய
சேவகன் குருட்டுக் கண்ணில் பட்டு எப்படி
அவனுக்குப் பார்வைத் தரும்!

சத்தியம் தவறாத உத்தமர் இயேசு
நித்தியப் பிதா வய்யா! - தன்னைத்
தத்தம் செய்து செந்துக் காட்டி
உயிர்த்து வந்தார் மெய்யா!

மாமிசத்தில்தான் மரித்தாரே தவிர மரணத்தைத்
தழுவ வில்லை ஜீவன்! - அந்த
மகாகனம் பொருந்தியவர் சதா காலமும்
உயிரோடிருக்கிற தேவன்!

உண்மைக் கடவுள் என்று உறுதிப்படுத்த
இது ஒன்றேப் போதும்! - இதை
ஒத்துக் கொள்ள வேண்டுமென்று உலகத்தாருக்கு
உரைக்கிறது பரிசுத்த வேதம்!

36. நீங்களே முடிவு எடுங்கள்

இயேசுகிறிஸ்துவின் வேதத்தை தயவுசெய்து
ஒரு முறை வாசித்துப் பாருங்கள்! - அந்த
மாசில்லா தேவனின் வார்த்தையில் அணுவும்
மாற்றம் இருந்தால் கூறுங்கள்!

நடந்தது நடப்பது நடக்கப் போவது
யாவும் அதில் உள்ளது! - வாழும்
தடம் தெரியார்க்கு தடம் காட்டும் தடயமாய்வந்து
தரணியோருக்குச் செய்கிறது நல்லது!

அணுபவத்தில் கண்டதை அனைவருக்கும்
சொல்கிறேன்
அறிவுரை அல்ல வேண்டுகோள்! – எத்தனை
நுணுக்கம் உள்ளவரும் ஏமாறுவார் அவர்களுக்கு
இது ஒரு தூண்டுகோள்!

குழந்தைப் பருவத்தில் கொண்டக் குணம்
குமரப் பருவத்திலும் வேண்டும்! - பக்தியில்
வளர்ந்து வருவதைப் பார்த்த பாரோர்
அனைவரையும் இழுக்கத் தூண்டும்!
தலைக் கவசத்திற்கு மேல் வைத்து அந்த
தேவன் வார்த்தையைக் கேளுங்கள்! - வாழ்வு
நிலைக் குழைந்துப் போகாமல் நிம்மதியாய்
நிலமிதில் என்றும் வாழுங்கள்!

மூவொரு தேவனின் முகம் காண
முழங்கால் மண்டியிடுங்கள்! - உங்கள்
முன்னால் வந்து அவர் நிற்பார்
நீங்களே முடிவு எடுங்கள்!

37. உயிர்த்து வந்தார் லாசர்

பெத்தானியாவில் வசித்த மார்த்தாள், மரியாள், லாசர்
ஏழ்மை நிலையைக் கண்டு! - இயேசு
உத்தமர் உற்ற நண்பனாய் அவர்கள் வீட்டிற்குச்
சென்று வருவது உண்டு!

பரிசுத்தர் பாதத்தில் பரிமளதைலம் பூசி மரியாள்
கரியக் கூந்தலால் துடைப்பாள்! - அந்த
திரியேக தேவ குமாரனுக்கு உணவு சமைத்து
சிரித்த முகத்தோடுப் படைப்பாள்!

வெளியூர் சென்ற வேந்தன் லாசர் வீட்டுக்கு
வராத சமயம் பார்த்து! - உடலில்
வலிவாதை ஏற்பட்டு லாசர் உயிரை இழந்ததும்
மண்ணில் இட்டனர் புதைத்து!

தேடிச் சென்ற மார்த்தாளை நோக்கி தேவனே
நேரில் வரக் கண்டாள்! - முழுவதையும்
மூடி மறைக்காமல் சொல்லி நான்கு நாட்களாயிற்றே
நாற்றம் அடிக்கும் என்றாள்!

நீ விசுவாசித்தால் தேவனின் மகிமையைக் காண்பாய்
என்னோடு வா என்றார்! - அவர்
பேசும் விதம் கண்டு ஊரார் அநேகர் தொடர
கல்லறை நோக்கிச் சென்றார்!

கல்லறையில் உள்ள கல்லைப் புரட்டச் சொல்லி
இயேசு கட்டளை யிட்டார்! - அங்கே
உள்ளோர் எல்லாம் வியக்க லாசரே வா என்றார்
எழுந்து வந்து விட்டார்!

38. உலகில் நீயே சுகவாசி

முன்னால் போகும் அண்ணே கொஞ்சம்
பின்னால் திரும்பிப் பாருங்கள்! - இந்த
சின்னவன் துயரை கண்ணால் பார்த்து
அன்பாய் ஆதரவுக் கூறுங்கள்!

கடந்தக் காலத்தில் நடந்ததை மறந்து
திடமாய் இரு தம்பி! - நல்ல
இடத்தில் சேர்க்க தடம் காட்டியவரைத்
தொடர்ந்துத் துதி நம்பி!

மானிட ஜென்மம் எடுத்து மனிதனாய்
வந்த இயேசுவைத் துதி! - உலகம்
கானிடா அளவிற்கு களிகூர்ந்து வாழ
மாறும் உன் தலைவிதி!

காற்றும் மழையும் கூட கர்த்தரின்
வார்த்தைக்கு உடனேக் கீழ்ப்படியும்! - அவர்
ஆற்றியப் பணியைக் கேட்டால் ஆவலாய்க்
கேட்பார் ஒவ்வொரு நொடியும்!

இயேசு பூமிக்கு வந்து இரண்டாயிரத்து
இருது வருடம் ஆயிற்று! - அவர்
மாசில்லா இரத்தத்தை மண்ணில் சிந்தியதால்
பாவம் யாவும் போயிற்று!

ஏழ்மை நிலையில் இறங்கி வந்த
இயேசுவை இறைவனாய் விசுவாசி! - எதிலும்
தோல்வி அடையாமல் தூயவர் காப்பார்
உலகில் நீயே சுகவாசி!

39. முதலும் முடிவும்

உபத்திரக் காலத்தில் உலகிற்கு வந்து
உயிரைக் கொடுத்தார் இயேசு! - அந்த
உத்தமர் நாமத்தை உச்சரித்தால் போதும்
உடனே நீங்கும் மாசு!

ஜெபம் செய்தால் தெரிந்துக் கொள்ளலாம்
ஜெகத்து இரட்சகனைப் பற்றி! - அந்த
ஜெகஜோதியா என்று ஆச்சர்யப் படுவார்
ஜெனனம் எடுத்ததைப் போற்றி!

ஆபத்து விலகியது அவரால் என்று
ஆனந்தம் அடைவார் பின்னால்! - அந்த
ஆண்டவர் கிருபைக் காத்தது என்று
ஆயுளுக்கும் துதிப்பார் தன்னால்!

கோபம் கொள்ளாமல் கொடியவர் உடலையும்
கோவில் என்றுச் சொன்னவரை! - மறவாமல்
கோலாகலமாய்க் கும்பிடுவார் மோசேயிக்கு
கோல் கொடுத்த முன்னவரை!

சாபத்தைத் தொலைத்தவர் சர்வேசுவரன் என்று
சகலரும் பின்னால் சொல்ல! - பெரும்
சாதனைப் படைத்து சத்தியனாய் வாழ்ந்தார்
சரித்திரமாய் வந்துச் செல்ல!

தூப வர்க்கம் வெள்ளைப் போளயத்தை
தூயவர் பெற்றார் முதலில்! - தன்
தூய ஆவியைக் கொடுத்தார் பூமியை
தூய்மைப் படுத்த முடிவில்!

40. உங்களுக்குச் சொல்கிறேன்

மூவொரு தேவனை முதலில் ஜெபிக்கையில்
முழங்காலை மடக்க வில்லை! - அவர்
தேவர்களுக் கெல்லாம் தேவனென்று அப்போது
தெளிவாய்த் தெரிய வில்லை!

நாவாரத் துதித்தேன் நன்மைச் செய்தார்
நன்றிக் கூறி விட்டேன்! - இயேசு
நாதரே தேவனென்று அப்போதே
நம்பிக்கை வைத்து விட்டேன்!

சாவாத ஜீவனைக் கொண்டவர் என்று
சரித்திரத்தைப் படித்ததும் புரிந்தது! - அவரே
சர்வ வல்லமையுள்ள தேவனென்று
சத்தியம் யாவும் தெரிந்தது!

நோவா காலத்தில் நடந்த சம்ப வத்தை
நொடியில் புரிந்துக் கொண்டேன்! - ஆதாம்
ஏவாள் முதல் அனைத்தையும் படைத்ததை
எளிதாய்த் தெரிந்துக் கொண்டேன்!

ஜீவனைக் கொடுத்துத் திரும்பவும் பெற்றவரை
இதுவரை தெரியாமல் போச்சு! -அந்த
ஜீவனுக்குக் காவலாய் இருக்கும் கர்த்தரை
துதிப்பதே அப்போது என் கடமையாச்சு!

பாவத்தை மன்னிக்கும் பரிசுத்த வேதத்தை
பக்தியோடு நான் படிக்கிறேன்! - நம்
யாவருக்கும் அவர் ஒருவரே தேவனென்று
உங்களுக்குச் சொல்லி முடிக்கிறேன்!

41. சூளிகைப் போன்ற பேரன்பு

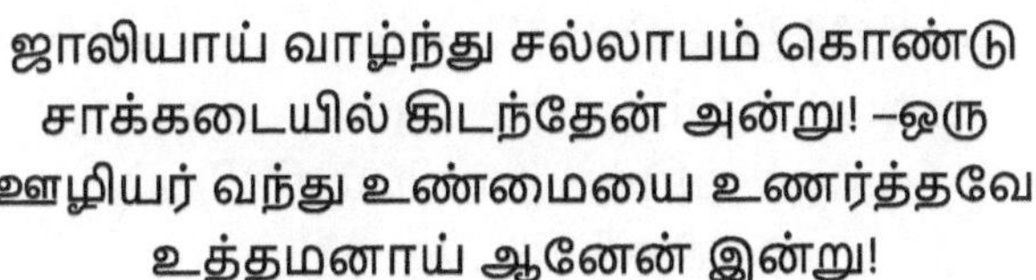

ஊழியர் மூலம் உமது சத்தியத்தை
உணர்ந்துக் கொண்டேன் தேவா! -வேறு
ஜோலியைப் பார்க்காமல் உம்மை இப்போது
வேண்டிக்கொள்கிறேன் ஜீவா!

ஜாலியாய் வாழ்ந்து சல்லாபம் கொண்டு
சாக்கடையில் கிடந்தேன் அன்று! -ஒரு
ஊழியர் வந்து உண்மையை உணர்த்தவே
உத்தமனாய் ஆனேன் இன்று!

வேலி எடுத்துப் பாதுகாக்கும் உம்மை
இதுவரை வேண்டாதது என்தப்பு! - என்
வாலிப வயதில் செய்தப் பாவத்திற்கு
எனக்குத் தாருங்கள் மன்னிப்பு!

ஆழியில் நடந்து அற்புதம் காட்டிய
ஆண்டவரே எனக்கு இரங்கும்! - எதற்கும்
கூலியேக் கேட்காத கர்த்தரே நீர்
இரங்கினால்தான் என் கண் உறங்கும்!

கோலியத்தை வென்ற தாவீது ராஜாவை
சங்கிதத்தில் படித்தப் பின்பு! - நீர்
சூளிகைப் போலக் கொண்டவர் என்றுத்
தெரிந்தது உமது பேரன்பு!

கேலிக்கு ஆளாகாமல் உம்மால் இன்று
கிரீடம் சூட்டி விட்டேன்! - ஒரு
நாழியில் உம்மால் தான் என்று இந்த
உலகிற்குக் காட்டி விட்டன்!

42. ஜீவன் உள்ள தேவன்

கோடி ஆஸ்திக் கொண்டு இருந்தாலும்
கும்பிடத் தெய்வம் வேண்டாமா?-நம்மைத்
தேடி வந்த தேவன் இயேசுவைப் போல
வேறு எங்கும் கண்டோமா?

பாடிக் கீர்த்தனம் பண்ணினால் பாவத்தை
மன்னிக்கும் பரமன் அவர்! - அவரை
நாடித் துதிக்க நம்மிடம் சிறிதும்
இருக்கக் கூடாது தவறு!

ஜோடி வசனத்தைச் சேர்த்து வாசித்தால்
சுவிசேசம் நல்லாப் புரியும்! - வேதத்தை
மூடி வைத்து முழங்கால் போட்டால்
மகிமை எப்படித் தெரியும்!

சாடியப் பேருக்கும் சமநீதிச் சொல்ல
சாட்சியாய் வந்தார் பாரில்! - மனம்
வாடியப் பேரின் வாட்டத்தைப் போக்க
வந்தார் மணிதனாய் நேரில்!
வேடிக்கைக் காட்டி வீதியைச் சுற்றி
வருவது தேவன் அல்ல! - கண்
மூடித் தனமாய் அதனை வண்ங்காதீர்
அதற்கு ஜீவன் இல்ல!

தாடி மீசையோடு தரணியில் வாழ்ந்து
ஜீவனை விட்டவரே தேவன்! - உலகமேக்
கூடித் துதிக்க மரித்தும் உயிர்த்து
எழுந்து அந்த இயேசுவின் ஜீவன்!

43. இயேசுவே மெய்யான தேவன்

எந்த தேவனும் இயேசுவைப் போல
மனிதனாய் வந்ததும் இல்லை! - தன்
சொந்த இரத்தத்தைச் சிந்தி ஜீவனைப்
பலியாய்த் தந்ததும் இல்லை!

ஆணும் பெண்ணும் அறியாமல் பிறந்தவர்
ஆண்டவர் இயேசு ஒருத்தரே! - உண்டால்
தேனும் பாலும் திகட்டும்படி நம்மைப்
படைத்தவர் அந்தக் கர்த்தரே!
மனிதர் மரித்தால் மக்கிப் போகிறார்
மண்ணோடு மண்ணாய்த் தன்னால்! - இயேசு
புனிதர் உயிர்ந்து மூன்றாம் நாள் காட்சித்
தந்தார் உலகோர் முன்னால்!

வாய்ச் சொல்லால் இயேசுவல்லமைச்
செய்வதை வையத்தில் காண்கிறோம்! - பெற்றத்
தாய்க்கு மேலே பாதுகாத்தும் எங்கே
எல்லோரும் இறைவன் என்கிறோம்!

மற்ற தேவன் இப்படி வந்திருந்தால்
வரலாறை மக்களுக்குக் காட்டு! - இல்லையேல்
உற்ற தேவன் இயேசு ஒருவகர் என்று
வான் உயரேக் கையை நீட்டு!

சிற்பமாய்ச் செதுக்கிய சிலைகளை வணங்காதீர்
அவைகள் பொய்யான தேவன்! - உலகில்
அற்புதமாய்ப் பிறந்து ஆவியைத் துறந்த
இயேசுவே மெய்யான தேவன்!

44. நாம் எப்படி வாழ வேண்டும்?

ஏசாயா தீர்க்கத் தரிசியைப் போல் நாம்
எப்போதும் வாழ வேண்டும்! - அந்த
நசரேயான் நம்மை அவர் பிள்ளையாய்
நாளும் எண்ண வேண்டும்!

எஸ்தரைப் போன்ற கஷ்டம் வந்தாலும்
எப்போதும் இயேசுவையேத் துதிங்க!- எதிலும்
நஸ்ட்டம் அடையாமல் இஸ்ட்டம் போல்
வாழ மாறும் விதிங்க!

வீணாய் நேரத்தைக் கழிக்காமல் வேதத்தை
தியானித்தால் தரிசனம் பெறலாம்! - அன்றைய
யோனாவைப் போல் அந்தகாரத்திலிருந்து
விடுப்பட்டு வெளியே வரலாம்!

எசக்கியலைப் போல் என்றும் வாழ்ந்தால்
இயேசுவைக் காணலாம் நேரில்! - துயர்க்
கசக்கிப் பிழியும் நேரத்தில் காக்க
கர்த்தர் வருவார் பாரில்!

ஓசியாவைப் போல் உத்தமனாய் வாழ்ந்தால்
ஒவ்வொருவரும் உயரேப்போகலாம்! - உலகிற்கு
ஆசிர்வாதத்தை அள்ளி வழங்குகின்ற
ஆண்டவருக்குப் பிள்ளை ஆகலாம்!

ஆபகூக்கைப்போல் அனைவரையும் ஆண்டவரைத்
துதிக்கச் சொல்லி வாழ்த்துகிறேன்! - இந்திய
தீபகற்பத்திற்கு மட்டும் அல்ல உலகிற்கே
என்றுச் சிரம் தாழ்த்துகிறேன்!

45. கிருபையைக் கேட்டு ஒருவர்

பெயரைச் சொல்லி பூமிக்கு வந்த
பிதாவின் குமாரனே வருக! -மாந்தர்
துயரைத் துடைக்க தூய ஆவியால்
பிறந்தவரே கிருபைத் தருக!

ஓயாமல் துதித்தால் ஒவ்வொரு சொல்லும்
தொட்டு எழுப்புமாம் உம்மை! - கண்
அயராமல் கன நேரத்தில் கிருபைத்
தானேச் செய்யுமாம் நன்மை!

வாயார வாழ்த்தி வேதத்தை வாசித்தால்
வாசலுக்கே வருமாம் கிருபை! - பெற்றத்
தாய்க்கு மேலே பேணிக் காக்குமாம்
என்னே உமது அருமை!

உயரே வந்து உம்மோடு இருக்க
உத்தரவுத் தாரும் இப்போது! - நெல்
பயிரைப் போல வாடுகிறேன் உந்தன்
கிருபை இறங்குவது எப்போது?

உயிராய் உடலில் வாசம் செய்பவரே
ஒரு வார்த்தைச் சொல்லும்! - உம்
தயாளக் கிருபை என் தாகத்தை
உடனேத் தீர்த்துச் செல்லும்!

46. ஒப்பான தேவன் ஒருவரும் இல்லை

ஊரு வாழ உயிரைக் கொடுத்து
உதவிச் செய்துப் போனவரே! - உம்
பேரு இந்தப் பூமி எங்கும்
பிரஸ்தாபப் படுகிறது வானவரே!

சீருப் பெற்றுச் சிறப்பாய் வாழ
சிந்திக்கச் சொன்னீர் சுவிசேசத்தை! - அவர்களை
யாரு என்றுக் கேட்காமல் அனைவர்
மீதும் ஊற்றினீர் அபிசேகத்தை!

சோறு மட்டும் போதாது மனிதருக்கு
சொர்க்கமும் வேண்டு மென்று! - பல
ஆறுக்கடந்து அறிவித்தீர் நற்செய்தியை
அங்கங்கே நேரில் சென்று!

கூறுக் கண்டு குளத்தங் கரையில்
கூப்பிட்டுக் கொடுத்தீர் சுகத்தை! -பழச்
சாறுப் போல கண்ணரைக் கொடுத்து
பந்தியில் தீர்த்தீர் தாகத்தை!

வேறு தேவன் உம்மைப்போல் உலகில்
மரித்து உயிர்த்தது இல்லை! - பல
நூறு தெய்வங்கள் பாரில் இருந்தாலும்
உமக்கு ஒப்பாய் இல்லை!
தேரு வந்தால் தரிசிக்க முன்னால்
வரும் ஜனக் கூட்டம் போல! - உம்மை
யாரு என்று அறிய சபைக்கு
இன்றுச் செல்வோரோ அதுக்கும் மேலே!

47. இயேசுவும் சிலுவைப்பாடும்

முடியைப் பிடித்துத் தடியால் அடிக்கையில்
வடித்தார் இயேசு கண்ணீர்! - விடாப்
பிடியாய்ப் பிடித்து அடியாய் அடிக்கையில்
படிந்தது மேனியேச் செந்நீர்!

புதுமை நாயகன் எதுவும் பேசாமல்
சாதுவாய்க் கல்லறைச் சென்றார்! - வான
தூதுவரால் பிதா காதுக்கு எட்டியும்
பொதுவாய்ப் பேசாமல் நின்றார்!

கொளுத்த யூதர்கள் வலுத்தச் சிலுவையை
இயேசுவின் தோளில் வைத்து! - கால்கள்
பழுத்துத் தடுமாறி விழும்படி அடித்து
இழுத்துச் சென்றனர் உதைத்து!

நடைத்தளர்ந்தப்போது இடையில் சீமோன்
கொடையாய்ச்சிலுவையைச் சுமந்தார்! -அதிக
எடை உள்ளதால் தடைச் சொல்லி
விடைப் பெற்று அமர்ந்தார்!

குறுதி கல்லறை இறுதி வரையில்
அருவியாய் ஓடிச் சென்று! - பரிசுத்த
கருவியாய் மாறி துருவிப் பாவத்தை
உருவி விட்டது அன்று!
இயேசுவை தீவிரவாதியைப் போல
பாவியர்கள் சிலுவையில் அடிக்க! - அதிலே
ஆவியானவர் தன் ஜீவனை விட்டார்
காவியமாய் உலகோர் படிக்க!

48. லூசிப்பர்

பரிசுத்தரின் சாபத்தால் பாம்பாய் உருமாறி
ஊர்ந்தச் செல்லும் லூசிப்பரே! அந்த
திரியேகனை எதிர்த்ததால் வந்த தீவினை யென்று
எப்பவாவது யோசித்தீரா?

தோழனைப் போல இருந்து துரோகியாய்
மாறியது உன் தப்பு! - எத்தனையோ
தாலந்தைக் கொடுத்தும் உன் தலைகனத்தால்
உனக்குத் தரவில்லை மன்னிப்பு!

தரணிவாழ் மக்கள் தன்னைத் தேவனாய்த்
துதிக்க வேண்டு மென்று! - அவர்கள்
பிராணனில் புகுந்து உம்மைத் துதிக்கச்
செய்கிறார் பலரை இன்று!

விண்ணில் இருக்கையில் வீணிலே துஸ்பிரயேகம்
செய்தாய் நன்றிக் கெட்டு! - முடியாமல்
மண்ணில் வந்தும் மகாதேவனை மண்டியிடச்
சொன்னாய்ப் புத்திக் கெட்டு!

யோபுவைப் போல எல்லோரும் விசுவாசிக்கும்
காலம் வந்தேத் தீரும்! - அன்றைய
நேபுகாத்தைப் போல அனைத்து ஜனங்களும்
ஆண்டவரிடம் வந்துச் சேரும்!

ஆதாம் ஏவாளுக்கு ஆண்டவர் ஆதியில்
கொடுத்தச் சாபத்தைப் போல! - அவர்
பாதம் பணிந்தாலும் பாசாங்கு பலிக்காமல்
அழிந்துப் போவாய் அதுக்கு மேலே!

49. அன்றாடம் துதியுங்கள் ஆண்டவரை

தேவைக்கு மட்டும் தேவனைத் தேடுவோரே
தெளிவாய் ஒன்றைத் தெரிஞ்சுக்கோ! - உலகம்
யாவையும் படைத்த தேவனை யாருமே
ஏமாற்ற முடியாது புரிஞ்சுக்கோ!

பூவைச் சூடி பொட்டு வைத்து
பொங்கல் படைத்தாலும் கிடைக்காது! - நீ
சாவைச் சந்தித்துச் சென்றாலும் சர்வேசுவரன்
இல்லாமல் எதுவும் நடக்காது!

மாவைப் பிசைந்து வைத்து மல்லாந்துப் படுத்து
விளக்கு ஏற்றினாலும் முடியாது! - உயிர்க்
காவைக் கொடுத்துக் கும்பிட்டும் காரியம்
நடந்ததாய் சரித்திரம் கிடையாது!

நாவை அசைக்கையிலேயே நல்லது கெட்டது
நாளும் தெரியும் தேவனுக்கு! - கன்னிப்
பாவைப் பெற்று பரிசுத்த ஆவியால்
பிறந்து வந்த ஜீவனுக்கு!

கோவை இதழ் கொண்டவரை குலதெய்வமாய்க்
தினமும் கும்பிட்டு பாரு! – அதைத்
சேவையாய் எண்ணி தேவையைச் சந்தித்துக்
காப்பார் நூற்றுக்கு நூரு!

ஆவைப் போல அனைவருக்கும் உதவும்
ஆண்டவரை அன்றாடம் துதி! - இருக்கும்
தாவை நோக்கி வந்து இரங்குவார்
மாறும் உன் தலைவிதி!

50. நெடுவழியா? படுகுழியா?

தூங்கும் முன்னே தூயவர் இயேசுவைத்
துதித்து விட்டுப் படுங்க! - நீங்கள்
வாங்கி விடும் முச்சைக் காத்துக் கொள்ள
வருவார் கவலையை விடுங்க!

தீங்கு நாளில் நீரே என் அடைக்கலம்
என்றுக் கேட்டுக் கொள்ளுங்க! - இரவில்
பாங்காய் வந்துப் பாதுகாப்பார் அவருக்கு
காலையில் நன்றிச் சொல்லுங்க!

ஏங்கி ஜெபிக்கும் இதயம் கண்டால்
இரங்கி வருவார் தேவன்! - உறக்கம்
நீங்கி உடல் பெலத்தோடு உலகில்
நடமாடும் உங்கள் ஜீவன்!

தேங்கியப் பாவம் தெறிப்பட்டுப் போய்
தெம்பாய் வாழ்வீர் உலகில்! – நிறுத்தும்
ஓங்கியைப் போல் மனதை ஒருநிலைப்படுத்தித்
துதியுங்கள் தினம் வாழ்வில்

சங்கீதம் எழுதிய தாவீதுராஜாவின்
சரித்திரத்தைப் படித்துப்பாருங்கள்! -அவர்
இங்கிதம் தெரிந்துக்கொண்டு இந்த
உலகேரிடம் எடுத்துக் கூறுங்கள்!

அங்கத்தில் இருப்பவரை அன்றாடம் துதிப்போருக்கு
ஆயுட்காலம் நெடுவழி! - அந்த
மங்காத ஒளியை மறுதலித்து வாழ்வோருக்கு
மரித்தப் பின்னேப் படுகுழி!

51. அனாதி தேவன் கிருபை

நீதியாய் வாழ்ந்து நித்தமும் துதித்தால்
நீங்காமல் நிலைக்கும் நிம்மதி! - அந்த
ஆதியும் அந்தமும் ஆனவர் ஆயுளுக்கும்
அவர்களுக்கு அளிப்பார் வெகுமதி!

சாதித்து முடிக்க அந்த சர்வேசுவரன்நம்
சரீரத்தில் ஜீவனாய் இருக்க! - எந்த
நாதியும் இல்லேயே என்று ஏங்கலாமா
நானிலத்தோர் கேவலமாய்ப் பார்க்க!

போதிய அளவு பூமியில் படைத்த
பிதாவின் குமாரனைப் போற்று! -அவர்
ஓதிய வார்த்தையை ஒவ்வொருவரும் உணர
ஊரெங்கும் பரைச் சாற்று!

சாதி சமயம் வேறுபாடுப் பாராதவரின்
சத்தியத்தை எடுத்துச் சொல்லு! - பித்தம்
பீதித் தெளிந்து பாவியர் வருவார்கள்
அதனை ஏற்றுக் கொள்ள!

தாதிமார் போல நம்மைத் தாங்குவார்
தரணியில் வாழும் மட்டும்! - அந்த
அனாதி தேவனின் கிருபை அனைவரையும்
ஆசிர்வதித்துக் களிப் பூட்டும்!

பாதியில் வந்தாலும் பாவத்தை மன்னிப்பார்
பரலோகம் கொண்டுச்செல்ல! - அவர்களை
ஆதியில் வந்தவரோடு அழைத்துச் செல்வார்
ஆசையில் மனம் துள்ள!

52. புள்ளி மான் போல புனிதர்

ஏன் என்றுக் கேட்போர் எவருமே இல்லாத
ஏழையாய் இயேசு வந்தார் தானாய்! - இறைவன்
நான் தான் என்றுச் சொல்லி இருந்தால்
இறந்து இருக்க மாட்டார் வீணாய்!

தேன் போன்றச் செய்தியைக் கொடுத்த தேவாதி
தேவனைக் கொல்ல வகைத் தேடி! - யூதர்கள்
வான் புக மூம் வல்லவரைப் பிடிக்க நள்ளிரவில்
சென்றனர் தீப்பந்தம் அரிவாளுடன் கூடி!

வீண்வாதம் பேசி விருப்பம்போல் அடித்தனர்
வேத நாயகன் கைகளைக் கட்டி! - இவன்
கோன் உயர்வைக் கெடுக்க வந்த கோடாரி
என்றனர் கொடிய வார்த்தையால் திட்டி!

கூன் குருடரைச் சுகமாக்கியவரை
கொலக்காரனைப் போல்
குற்றவாளிக் கூண்டிலே நிறுத்தி! - இவன்
தான் என்றக் கர்வம் அடங்க வேண்டுமென்றனர்
இயேசு தோள்மீது சிலுவையைச் சுமத்தி!

தூண் போன்றத் தூயவர் உடல் துரும்பாய்
இளைத்துத் துள்ளித் துடித்து உத்தரித்தது! - எண்
ஜான் உடம்பில் இருந்த இரத்தம் யாவும் கொட்டி
இந்தப் பூமி முழுவதையும் சுத்திக்கரித்தது!

ஊன் உயிர் யாவையும் உத்தமர் இயேசு
ஒரு வழியாய்க் கொடுத்துச் சென்றார்
மண்ணிலே! - புள்ளி
மான்போல மீண்டும் உயிர்த்து எழுந்து மூன்றாம் நாள்
காட்சித் தந்தார் உலகோர் கண்ணிலே!

53. சிலுவையில் சிந்திய இரத்தம் பற்றி

தலையில் பாரம் சுமக்கையிலேயே தாங்காமல்
தடத்தில் இறக்கி வைப்போம்! - சிலுவையைத்
தோளில் சுமந்த இயேசுவின் நிலையைக்
கொஞ்சம் ஆராய்ந்தப் பார்ப்போம்!

விலைக் கொடுத்து வாங்கி இயேசுவை
இழுத்து வந்தனர் யூதர்கள்! - ஈரல்
குலையிலிருந்து இரத்தம் வடிய சிலுவையில்
ஏற்றிக் கொன்றனர் கொலைப்பாதகர்கள்!

வளைந்தத் தோள் பட்டையில் சிலுவை உரசி
வலுப் பறிச்சு விட்டுடுச்சு! - ஆதனைத்
தொலைத் தாரம் தொடர்ந்த சுமந்தப் போனதால்
இரத்தம் தரையில் கொட்டிடுச்சு!
மழை நீர்ப் போல அது இந்த
மண்ணில் இறங்கி நனையவே! - பாவப்
பிழைகள் யாவும் நீங்க பூமிக்குப்
புண்ணியமாய் வந்ததுத் துணையாவே!

சிலையைப் போலச் சிலுவையில் தொங்கையில்
சிந்திய இரத்தம் ஓடி! - கடல்
அலையைப் போல அனைத்துப் பாவங்களையும்
அழித்துப் போட்டது மூடி!

களை எடுத்தப் பயிர்களைப் போல
களிகூர்ந்து நாம் வாழ! - சூழ்ச்சி
வலையில் சிக்கி நமக்காய் மரித்தவரைத்
துதிப்போமா? மனம் போல!

54. பரலோகப் பங்காளிகள்

பரிசுத்தர் பாதையில் பயணம் போனால்
பரலோகம் போயச்சேரலாம்! - மண்ணில்
மரித்து உயிர்த்த மகாதேவன் மடியில்
மகிழ்ந்துக் களி கூறலாம்!

நெறியாய் வாழ்ந்தால் அங்கேத் தங்க
நிச்சயம் அதிகாரம் உண்டு! - அவர்கள்
சிரித்து மகிழ்ந்து வாழ தேவதூதர்கள்
தினமும் செய்வார்கள் தொண்டு!

அறிவித்தப்படி அவர்கள் ஆண்டவர் வலது
பாரிசத்தில் வீற்றிருப்பார்! - பாவத்தை
அறிக்கை இட்டு அன்றாடம் துதித்தவரும்
இடம் பெற்றிருப்பார்!

சிறியத் தவறையும் சிந்தையில் கொண்டு
சிந்தித்து இருக்க வேண்டும்! - எத்தனைப்
பெரியவராய் இருந்தாலும் அதற்கு மன்னிப்புப்
பெற்றிருக்க வேண்டும்!

வறியவர் வாசலுக்கு வந்தால் வாஞ்சையோடு
வழி அனுப்பி வையுங்கள்! - இயேசுவைத்
தெரியாமல் இருந்தால் அவரே தேவனென்றுச்
சொல்லித் துதிக்கச் செய்யுங்கள்!

பரிசுத்தராய் பூமியில் வாழ்ந்தவர் மட்டுமே
பரலோக ராஜ்யம் போவார்! - அந்த
திரியேக தேவனோடு எந்நாளும் சேர்ந்து
வாழும் பங்காளி ஆவார்!

55. கிருபைத் தந்தார் கர்த்தர்

குருடருக்கு ஒளியும் திருடருக்கு வழியும்
காட்டிய கருணாக் கரனே! – புவியில்
இருக்கும் அனைத்துப் பேருக்கும் உமது
கிருபையைத் தாரும் பரனே!

இருந்தவர் இப்போது இருப்பவர் மீண்டும்
வருபவருமான வானவரே வருக! - பாவத்தைப்
பொறுத்தவர் இப்போதும் பொறுப்பவர் இன்னும்
பொறுப்பவரேப் புதுமையைத் தருக!

உருவில் மனிதனாய் தெருவில் நடந்ததைக்
காதில் கேட்டதுமே விசுவாசித்தேன்! - உமது
மருத்துவம் பற்றியக் கருத்தைக் கேட்டதும்
மனமார உம்மை நேசித்தேன்!

குறுகிய வழியில் வருபவரே என்னை
நிச்சயம் காண்பீர் என்றீரே! - வற்றாத
அருவியைப் போல அற்புதங்கள் செய்து
வரலாறுப் படைத்துச் சென்றீரே!

இறந்த சமயத்தில் எருசலேம் நகரமே
இருண்டதாய் வேதத்தில் படித்தேன்! – நான்
பிறக்கும் முன்னே மரணத்தைத் தழுவுனீரே
என்று பலநாள் துடித்தேன்! துடிக்கிறேன்!

வருந்திப் பாரம் சுமப்பவர் எல்லோரும்
என்னிடம் வாரும் என்றீர்! - மனம்
திருந்தி வந்தேன் கிருபையைத் தந்து
ஆசிர்வதித்துச் சென்றீர்!
ஆமென்! அல்லேலூயா! நன்றி!

56. கபரியேலும் கன்னி மரியாளும்

கன்னி வயிற்றில் கர்த்தர் பிறக்க
கபரியேல் வந்தார் தூதராய்! - மரியாள்
மண்ணிலுள்ள மங்கையரில் ஒருத்தியாய்
இருந்தாள் சாதாரண மாதராய்!

தன்னை அனுப்பிய தேவனின் வார்த்தையை
தூதர் சொன்னப் பின்னே! - நான்
அன்னை ஆவதா என்று மரியாள்
கேட்டால் தூதர் முன்னே!

எண்ணிப் பார்க்கவே முடியாது இது
எப்படி நிகழு மென்று! - நான்
அன்னியருக்கு நிச்சயமானவள் என்றாள்
தூதர் முன்னே நின்று!

உன்னில் பரிசுத்த ஆவியால் தோன்றுவார்
என்று தூதர் சொல்ல! - என்ன?
என்னில் பரிசுத்த ஆவியாலா என்றாள்
சந்தோசமாய் ஏற்றுக் கொள்ள!

மண்ணில் மழலையாய் மலர்ந்ததும் இயேசு
என்று அழைப்பாய் என்றார்! - மரியாள்
கண்ணில் வைத்துக் காப்பேன் என்றதை
தூதர் கேட்டு நின்றார்!

புண்ணியவதி என்று பூலோகம் போற்றும்
என்று தூதர் வாழ்த்தினார்! - அந்த
அன்னலுக்கு அடியோள் இனி அன்ன என்று
மரியாள் தன்னைத் தாழ்த்தினாள்!

57. நானும் ஓர் சாட்சி

அறுபத்தி இரண்டு வருசம் இயேசுவை
அறியாமல் பூமியில் வாழ்ந்தேன்! - என்
இருதயத்தில் இருப்பது தெரிந்ததும் என்னை
ஒப்புக் கொடுத்துத் தாழ்ந்தேன்!

பரிசுத்த வேதத்தை விரித்தப் படித்து
யாவையும் புரிந்துக் கொண்டு! - அந்த
திரியேகனை தேவனாய்த் தெரிந்தப் பின்னே
அவருக்குப் புரிகிறேன் தொண்டு!

பாவம் செய்யாமல் ஜீவனம் பண்ண
தேவன் கொடுத்தார் ஜீவன்! - ஆதாம்
ஏவாள் ஆதியில் பாவம் செய்ததால்
ஜீவனை எடுத்தார் தேவன்!

அன்று முதல் இன்றுவரை நாம்
சென்று விடுகிறோம் மண்ணுக்கு! -நாம்
இன்றும் நேர்வழியில் சென்றால் ஜீவன்
ஆண்டவரிடம் செல்லும் விண்ணுக்கு!

காவியம் படைக்க ஆவியால் தோன்றி
ஓவியமாய் வந்தார் உலகிற்கு! - அவரைக்
கூவி அழைத்தால் தாவி வருவார்
பாவியரும் போற்றும் அளவுக்கு!

தேவனைப் பற்றித் தெரிந்ததால் நான்
தெளிவாய்ச் சொல்கிறேன் கேளுங்கள்! - உங்களுக்கு
ஜீவனைக் கொடுத்தவரைத் துதித்து ஒவ்வொருவரும்
உபத்திரவம் இல்லாமல் வாழுங்கள்!

58. சீலோம் குளம்போல்

நீல வானத்தில் நித்தம் உலாவி
நிலமிதை நோக்கும் தேவா! - என்
காலம் முழுவதும் உம்மைத் துதிக்க
கிருபைத் தாரும் ஜீவா!

பாலகப் பருவத்தில் பாவம் செய்தேன்
பரிசுத்தரே உம்மை அறியாமல்! - மனித
கோலம் கொண்டு வந்தால் கும்பிடவில்லை
கடவுள் என்றுத் தெரியாமல்!

சூலாயுதம் கொண்டச் சிலைக்கு நான்
சிரம் தாழ்த்தினேன் அன்று! - உலகில்
நாளாப் புறமும் சொன்னார்கள் உம்
ஒருவரையேத் தேவ னென்று

ஆழம் தெரியாமல் காலைவிட்டு இத்தனை
நாளா அவதிப்பட்டேன்! - நன்கு
வாழ உம்மிடம் என்னை நான் இன்று
ஒப்புக் கொடுத்து விட்டேன்!

நூலாய் இளைத்த உடல் நொடிப்பொழுதில்
சுகம் பெற்றதய்யா! - என்னை
வாலாக்காமல் தலையாக்கியதை வாழ்வில்
கண்டுக் கொண்டேன் மெய்யா!

ஆலமரம் போல அகன்று விரிந்து
ஆளுகிறேன் இன்று உலகை! - அந்த
சீலோம் குளத்தைப் போல பிறருக்கு உதவ
வேண்டும் என் தொழுகை!

59. யாருமே அனாதை இல்லை

அனாதை என்று ஒருவரையும் சொல்லாதீர்
அப்படி யாருமே இல்லே! - அந்த
வினாவுக்கு விடையாய் வானவர் இருக்கிறார்
அனைவரின் உடலின் உள்ளே!

தேனாய் இனிக்கும் தேவனால் மனிதன்
மண்ணால் ஆனப் பொம்மை! -அவன்
தானாய் நடமாட தன் ஜீவனை தேவன்
கொடுத்தார் இதுதான் உண்மை!

ஞானமாய் நாம் வாழ நாசியில்
ஜீவனை ஊதினார் சுவாசிக்க! - நாம்
ஆனவரை இதை அடுத்தவருக்கு அறிவுப்போம்
ஆண்டவர் இயேசுவை விசுவாசிக்க!

மூனாவது மனுஷன் எளியோரை அனாதை
என்பது முற்றிலும் தவறு! - வார்த்தையை
வீணாய் வாரி இறைப்பவர் நெஞ்சம்
சித்திரம் தீட்டாச் சுவரு!

வானவர் உடலில் வசிக்கும்வரை வரம்பு
மீறிப் பேசக் கூடாது! - அந்த
வானவர் தந்த ஜீவன் உள்ளவரை நாம்
யாருமே அனாதைக் கிடையாது!

தானமாய் ஜீவனைத் தந்த தேவனே
தவறாமல் தினம் துதிப்போமா? - இறந்துப்
போனவரைத் தவிர இருப்பவருக்கு இதைச்
சொல்லிப் புரிய வைப்போமா?

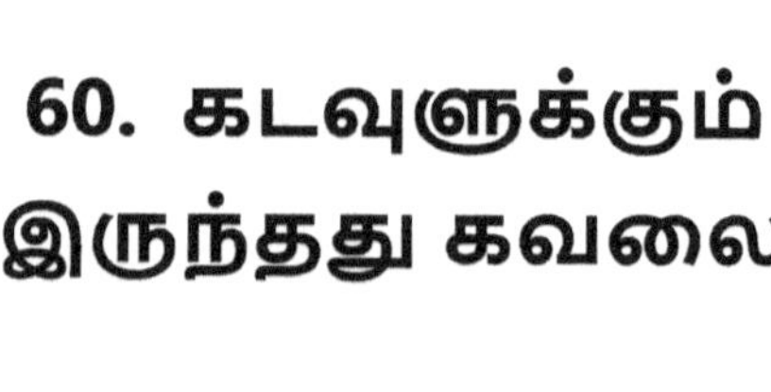

60. கடவுளுக்கும் இருந்தது கவலை

திரியேக தேவன் நம்மால் தினமும் கவலை அடைந்தார் பரலோகத்தில்! -அதனை பரிசுத்த மனிதனாய் வந்துத்தன் ஜீவனைக் கொடுத்துத் தீர்த்தார் பூலோகத்தில்!

நமக்காக ஜீவனைக் கொடுத்தவரை நாம் நாளும் துதிக்க வேண்டாமா? - இந்த நானிலத்தில் வேறொரு தேவனை இதுவரை நாம் எங்காவதுக் கண்டோமா?

மரிப்பதற்கு முன்பு உங்களுக்காக அழுங்கள் எனக்காக அழாதீர் என்றாரே! - எந்த சரித்திலும் இல்லாத அளவுக்கு சகோதரப் பாசமாய்ச் சொல்லிச் சென்றாரே!

இயேசுவைப் போல எந்த தேவனும் பூமிக்கு வந்ததும் இல்லை! - தன் மாசு இல்லா ஜீவனைக் கொடுத்து மரித்து உயிர்த்ததும் இல்லை!

அரியணையில் அமர்ந்து ஆட்சிக் ஆளாமல் ஆனிரையில் பிறந்தது யாருக்காக? - நம்மில் கரிசனை உள்ளதால் கட்டளைகள் இருந்தும் கைக் கொள்ளாப் பேருக்காக!

மனிதரின் பாவத்தை மடியில் கட்டியவரை மண்டியிட்டு இனித் தொழுவோம்! - அந்தப் புனிதரைப் போல நாமும் பூமியில் வாழ அவர் பாதத்தில் விழுவோம்!.

61. இயேசுவின் இரத்தம், இரண்டாம் பாகம்

கொட்டிய இரத்தம் கெட்டியாய் உறையாமல்
முட்டி மோதி ஓடி! - பாவத்தில்
கிட்டியவரைப் பரிசுத்தப் பட்டியலில் சேர்க்க
தொட்டுக் கழுவியது தேடி!

கழுவிய இரத்ததால் அழுதுப் புலம்பியவர்கள்
சிலுவையை நோக்கி விசுவாசித்து! - கீழே
விழுந்து அனைவரும் முழு இருதயத்தோடு
தொழுதனர் தேவனை நேசித்து!

தேவனின் இரத்தம் பாவங்களைப் போக்கியதால்
நாவாரத் துதித்த மகிழ்ந்து! - தங்கள்
ஆவலின் வேட்கையை அவருக்கு அறிவிக்க
தேவாரம் பாடினர் புகழ்ந்து!

இரத்தம் சிந்தி பித்தம் களைந்த
உத்தமர் சொல்லுக்கு இணங்குகள்! -அந்த
சந்திரியரின் வழியை நித்தம் கடைபிடித்து
ஸ்தோத்திரம் சொல்லி வணங்குங்கள்!

கொண்ட இரத்தத்தை கண்டவருக்கு ஈந்த
ஆண்டவருக்கு நன்றிச் சொல்லுங்கள்! - பானாய்
உண்ட இரத்தம் தெண்டமாய்ப் போகாமல்
இன்றே பின் செல்லுங்கள்!

முடியப் பாவங்கள் ஓடிப் போய் நம்மைத்
தேடி வரும் செல்வம்! - ஒன்றாய்க்
கூடி கண்களை மூடி ஜெபித்து அதனை
மடியில் பெற்றுக் கொள்வோம்!

62. உயிர் பலி

ஆடு கோழிப் போன்ற உயிர் பலி
அறவே ஒதுக்கித் தள்ளி! - நம்
பாடுப் பலியாவையும் இயேசு சிலுவையில்
சுமந்துச் சென்றார்!

கோடுப் போட்டுக் காட்டினார் குறுக்கு வழி
இனி கூடாதென்று! – எல்லா
வீடு முழுக்க வேதத்தை வாசித்தால் அதிலே
வெற்றி உண்டு என்று!

கேடுக் கெட்டவரும் கெஞ்சிக் கேட்டால் காது
கொடுத்துக் கேட்பேன் என்றார்! - அவர்களை
காடுப் போகும்வரை கண்ணீர்ச் சிந்தாமல்
மீட்டுக் காப்பேன் என்றார்!

மேடுப் பள்ளத்தை மேம்படுத்தினேன் என்றார்
யோவானை அனுப்பி அன்று! -உலக
நாடு நகரம் சிறப்புப் பெற்றதைக் நேரில்
கண்டேன் என்றார் நின்று!

பீடு நடைப் போட்டு பிதா குமாரன் இவைகளே
மக்களுக்குச் சொன்ன பின்னே! - நமக்காய்
பாடுப்பட்டு தன்ஜீவனை சிலுவையில் கொடுத்தார்
ஊரார் கண் முன்னே!

மூடு மந்திரம் இல்லை இது முற்றிலும் உண்மை
மூவொரு தேவன் மரித்தார்! - தன்னால்
வாடும் மாந்தவரும் வையத்தாரும் வாழ்த்தி வணங்க
மூன்றாம் நாள் உயிர்த்தார்!

63. யோவானும் தேவனும்

குழந்தைப் பெறாததால் உலகம் எலிசபெத்தை
மலடி என்றுத் தூற்றியது! - யோவான்
மழலையாய் மண்ணில் மலர்ந்தப் பின்னே
உலகம் அவளைப் போற்றியது!

வாயார எலிசபெத்தை தாயாராய் அழைக்க
சேயாய் யோவான் பிறந்தார்! - யோவான்
பெயரைப் பலகையில் எழுதிய உடனே
சக்கிரியாஸ் வாயைத் திறந்தார்!

தப்பான வழியைச் செப்பணிட யோவான்
முப்பெரும் தேவனால் போனார்! - பாவக்
குப்பைகளே எல்லாம் அப்புறப் படுத்தி
துப்புறவுச் செய்பவர் ஆனார்!

வெட்டுக் கிளியையும் காட்டுத் தேனையும்
துட்டுக் கொடுக்காமல் தின்று! - செய்தியை
எட்டுத் திசைக்கும் காட்டி மக்களை
தட்டி எழுப்பினார் சென்று!

ஊர் மக்கள் யார் என்றுப்
பேர்க் கேட்டு நிற்க! - நான்
யார் செருப்பு வார் அவிழ்க்க
சீரற்றவன் என்றார் விக்க!

விண்ணிலிருந்து மண்ணில் வந்த
உன்னதருக்கு ஞானஸ் தானம் கொடுத்தார்! - ஏரோது
மன்னனோ நடனக் கன்னிக்குப் பரிசாய்
யோவான் உயிரை எடுத்தார்!

64. இயேசுவின், பிறப்பும் இறப்பும்

பதிவுப் பண்ணிய பட்டா நிலத்தில்
பயிர்ச் செய்ததப் போல! - நம்
துதிக்கப் பாத்திரர் தூய ஆவியால்
தோன்றினார் புவியின் மேல!

மதி இழந்த மாந்தருக்கு மார்க்கம் காட்ட
மலர்ந்தார் மாட்டுத்தொழுவத்திலே! - அங்கே
பொதிச் சுமக்கும் கழுதைகளும் கட்டி
இருந்தன அந்தக் கூடாரத்திலே!

முதிர்வயது பாட்டியும் மருத்துவம் பார்க்க
முன்னவருக்கு அங்கு இல்லை! - அதனை
எதிர்ப் பார்த்தும் இயேசு பிரான் பூமியில்
இறங்கி வர வில்லை!
புதியப் பாதையை பூமியில் காட்டி
புதுமைகள் செய்தார் அநேகம்! - பாவ
வதியில் கிடந்தப் பன்னிரெண்டுப் பேரை
சீடராய்க் கொண்டார் சிநேகம்!

நதியைப் போல நானிலம் எங்கும்
சென்றார் நன்மைச் செய்ய! - சில
சதிகாரப் பாவிகள் சூழ்ச்சியாய்ப் பிடித்தனர்
அவர் சிரசைக் கொய்ய!

உதிரம் சிந்தி உருகுலைந்த நிலையோடு
சிலுவையில் உயிரை நீத்தார்! - தேவ
அதிகாரம் அவர் கையில் உள்ளதால்
ஆறரைநாளில் மீண்டும் உயிர்த்தார்!

65. ஏங்கி அழுதது பூலோகம்

நானிலம் எங்கும் நற்செய்தியைச் சொல்லி
நன்மைச் செய்தீர் தேவா! - பதிலுக்கு
மானிட இனத்தார் உம்மை மறுதலித்து
கொன்று விட்டனர் ஜீவா!

சூனியக்காரன் என்று அடிக்கும் போதும்
சுயமாய்ப் பிறந்ததைச் சொல்லாமல்! - குறுதி
காணி நிலம் பாய்ந்து ஓடும் போதும்
கல்லறைச் சென்றீர் நில்லாமல்!

கோணியின் ஓட்டை வழியேத் தானியம்
கொட்டித்தீர்ந்ததுப் போல! - உம்
மேனியில் இருந்த இரத்தம் எல்லாம்
பற்றியது பூமியின் மேல்!

ஆணிகரங்களில் ஆழமாய்ப் பதியும் போது
அந்நாந்து நோக்கினீர் பிதாவை! - உலகம்
காணிடாத் துயரத்தால் அழும்போது கீழோர்
தேற்றினர் உம் மாதாவை!

மேனி உருகி மெழுகாய்க் கரைந்தும்
மேதினியோரை இரட்சித்து மீட்டீர்! - உடல்
கூனிக் குறுகிக் குப்புற விழுந்தும்
கொள்கையை நிறைவேற்றி விட்டீர்!

பாணியில் மனிதனாய்ப் போய் இந்தப்
பாடா என்றுப் புலம்பியது பரலோகம்! - உமக்கு
ஏனிந்தக் கோலம் இறைவா என்று அன்று
ஏங்கி அழுதது பூலோகம்!

66. நமக்காய் வந்தார் நாதன்

வெல்லமாய் இனிக்கும் இயேசுவின் நாமம்
சொல்லிப் பாருங்கள் சுவைக்கும்! - அவர்
உள்ளத்தில் குடிப் புகுந்தால் நம்மை
நல்லவராய் வாழ வைக்கும்!

பள்ளம் மேட்டில் நமக்காய் பாரம்
சுமந்தார் அந்தப் பரிசுத்த ஒளி! - அந்த
வல்லவர் வாய்மொழியை வெறுத்து ஒதுக்கியவர்
நாளை நிச்சயம் குற்றவாளி!

அல்லும் பகலும் நமக்காய் அனுபவித்துச்
சென்றார் ஆறாத் துயரை! - உயிர்
உள்ளவரைத் துதித்து அவரைப் பார்க்க
வேண்டாமா வான் உயரே!

புல்லின்மீது படுத்து உறங்க நமக்காய்
புதுமையாய்ப் பிறந்தார் பிள்ளையாய்! - ஆதியில்
சொல்லியப் படியே சாகும்வரை வாழ்ந்தார்
மனம் தூய வெள்ளையாய்!

கல்லில் தண்ணீரைக் காண வைத்த
கர்த்தர் கடவுள் அல்லவா? - இரும்பு
முள்ளை நமக்காய் சிரசில் ஏற்றாரே
அதை இன்னும் சொல்லவா!

மல்லுக் கட்டி மறுக்காமல் நமக்காய்
இந்த மண்ணில் மரித்தார்! - உலகில்
எல்லோரையும் இரட்சித்து மீட்டவர் மீண்டும்
மூன்றாம் நாள் உயிர்த்தார்!

67. தேவையைச் சந்திக்கும் தேவன்

நோக்கும் கண்ணுக்குக் கடைசிவரை
நுண்ணியதை
காண கிருபைத் தாரும்! - பாவியரை
மீட்க வந்த பரமனே நேரில் ஒருமுறை இறங்கி வாரும்!

கேட்கும் செவிக்கு எதையும் கேள்விக்
குறியாய் மாற்றிப் போடுங்க! - நெஞ்சில்
நீக்கமற நிறைந்துள்ள என் நேசரே
நித்தமும் என்னைத் தொடுங்க!

மூக்கில் ஊதி மூச்சுக் கொடுத்த
மூவொரு தேவனே வருக! - என்
ஏக்கம் தீர உம்மைத் துதிக்க
எனக்கு வரம் தருக!

நாக்கில் வரும் வார்த்தைகள் யாவும
நல்லதாய்ப் பேரச் சொல்லுங்க! - என்
போக்கிலும் வரத்திலும் கூடவே வந்து
தினம் பாதுகாத்துக் கொள்ளுங்க!

காக்கும் கரங்களில் பிறருக்குக் கைமாறு
செய்யும் எண்ணத்தை வையுங்க! - உம்
நோக்கின் படியே நீதியாய் நடக்க எனக்கு
அருள் மழைப் பெய்யுங்க!

சீக்குப் பிணி வந்தாலும் என்
சிரம் காக்கும் தேவனே! - எந்த
சாக்கும் சொல்லாமல் சதாகாலமும்
உம்மைத் துதிக்கும் என் ஜீவனே!

68. பரலோகம் யாருக்கு? பாதாளம் யாருக்கு?

முன்னால் வந்து பின்னால் வருவோரின்
நன்னாளை யோவான் அறிவிக்க! - கடவுளே
கண்ணால் காணப் போவதாய் ஜனங்கள்
எண்ணினர் உள்ளம் பூரிக்க!

செல்லும் வழியைச் செம்மைப் படுத்த
யோவான் சொன்னார் யோசனை! - அவர்
சொல்லிய வார்த்தையிலேயே ஜனங்களுக்குத்
தெரிந்தது இறை வாசனை!

மேசியா என்பது நீரா என்று ஜனங்கள்
யோவானைப் பார்த்துக் கேட்க! - அனைவரையும்
ஆசிர்வதிக்கம் ஆண்டவர் நாமத்தைச் சொன்னார்
அவர்கள் ஆவலைத் தீர்க்க!

ஞானஸ் நானம் கொடுக்கச் சொல்லி இயேசு
யோவானைக் கேட்டார் அப்போது! - மறுக்கவே
வானமண்டலங்கள் நான் படைத்தாலும் இடம்
கொடு என்றார் இப்போது!

மூனாறுக்கு மேலேச் சிறந்த யோர்தானில்
இயேசு ஞானஸ்நானம் பெற்று! - அந்த
வானாதி வானவர் வையத்தாருக்குக் கொடுத்தார்
பரிசுத்த வேதத்தைக் கற்று!

கற்றுக் கொடுத்ததைக் கைக் கொண்டவர்
சென்றடைவார் பரலோகத்தை! - அதில்
பற்று இல்லாப் பாவியர் எல்லாம்
சென்றடைவார் பாதாளத்தை!

69. யாரால் கிறிஸ்தவர் ஆனோம்?

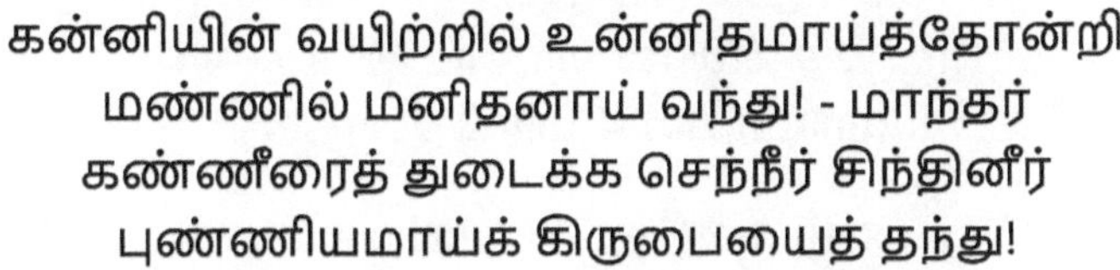

தங்கம் போன்ற அங்கம் கொண்ட
எங்கள் இயேசு நாதா! - உலகம்
எங்கும் யூத சிங்கம் என்று
உங்களை துதிக்கிறது சதா!

கன்னியின் வயிற்றில் உன்னிதமாய்த்தோன்றி
மண்ணில் மனிதனாய் வந்து! - மாந்தர்
கண்ணீரைத் துடைக்க செந்நீர் சிந்தினீர்
புண்ணியமாய்க் கிருபையைத் தந்து!

வாலிப வயதில் ஜோலியை முடிக்கையில்
கேலிக்கு ஆள்ஆனீர்! – ஒரு
நாழியும் தனக்காய் ஜாலியாய் வாழாமல்
காலி ஆகிப் போனீர்!

மூடுக் கிளம்பி தேடும் பணியில்
ஈடுப் பட்டு உலகிலே! - பாவியருக்காய்
கூடு விட்டுக் கூடுப் பாய்ந்து
பாடுப் பட்டீர் சிலுவையிலே!

அரிதானப் பிறவியில் பெரிதாய் வந்தும்
சிறிதாய் எண்ணித் தானே! - வந்த
குறிக்கோலை நிறைவேற்ற மரித்தீர் எங்கள்
திரியேக தேவன் வீணே!

வாழ்வினைக் காட்ட வையத்தில் வந்து
வாழ்ந்துக் காட்டிச் சென்றவரே! - எந்தக்
கேள்வியும் கேட்க முடியாமல் எங்களைக்
கிறிஸ்தவர் ஆக்கினீர் ஆண்டவரே!

70. என்றும் வாழ்பவர் யார்?

அனலாய்க் கொதிக்கும் ஆண்டவர் என்
அங்கத்தில் ஆவியாய் இருக்க! - அடுத்தவர்
கனவிலும் முடியாது அந்த ஆவியை
அங்கத்தை விட்டுப் பிரிக்க!

சினம் கொண்டுச் சீறும் பாம்புத்
தீண்டினாலும் ஒன்றும் ஆகாது! - மானிட
இனம் தன்னில் வாழும் இயேசுவை
அறியாமல் உயிர்ப் போகாது!

பணம் ஒன்றேப் போதும் என்றுப்
பாவம் செய்து விடாதே! - நற்
குணம் கொண்ட இயேசுவைக் கொன்ற
யூதாஸ் வாழ்ந்தது கிடையாதே!

இனம் புரியாருக்கு எடுத்துச் சொல்லியும்
கேளாமல் இன்று வாழலாம்! - அன்று
வானத்து மன்னாவைத் தந்தவர் போலிருந்தால்
உலகில் என்றும் வாழலாம்!

புனல் வழியாய்ப் போவதைப் போல் நீ
புனிதரை நோக்கிப் போகாதே! - எல்லாக்
கனத்துக்கும் உரிய இயேசுவை ஏமாற்றினால்
எந்தக் காரியமும் ஆகாதே!

தினமும் விசுவாசமாய் தேவனை ஜெபித்தால்
அதுப் போதும் தம்பி! - ஆற்று
மணலையும் கயிறாய்த் திரிக்கும் ஆண்டவரைத்
துதித்து வாழு நம்பி!

71. யார் தேவன்?

எழுதிய எழுத்துக்கள் எல்லாம் எனக்கு என்று
எண்ணிக் கொள்ளுங்கள்! - பாவப்
பழுதைப் போர்த்துப் பரிதாபப் பட்டவரை பரமனாய்ப்
பற்றிக் கொள்ளுங்கள்!

அநியாயத்தை அகற்ற அவணியை அடைந்து அவர்
அநியாயமாய் இறந்தார்! - தன்
பணியால் பாவியர் பரலோகத்தில் பரிசுத்தராய்ப்
பதியப் பாதையாய் இருந்தார்!

கொடியவர் கொள்கையைக் கொஞ்சமும் கொள்ளாமல்
கொட்டிக்
கொடுத்தார் உள்ளத்துக்கு! - கண்ணீர்
வடிக்காமல் வசதியாய் வாழ்வாங்கு வாழ வார்த்தையை
வாரி வழங்கினார் நல்லதுக்கு!

வேசியர் வேண்டுவோர் வேண்டாதவர் வேதனையை
வேதத்தால்
வேரோடு வெட்டி! - தன்
ஆசியை ஆயிரமாயிரம் ஆத்துமாவுக் ஆதய மாக்கினார்
ஆவலாய்க் கூட்டி!

முதுமையிலும் முன்னேற முழுமையாய் முயற்சித்தால்
முற்றிலும்
முடியும் என்றார்! - மேலும்
பொதுவாய் பொல்லாப்பை பொந்தியில் பொக்கிசமாய்
பொத்தாதே பொழுதுக்கும் என்றார்!

இருதயத்தில் இயேசு இருப்பதால் இறக்காமல் இன்னும்
இருக்கிறது ஜீவன்! - இத்
தரணியோர்க்கு தயாளமாய் தன்னைத் தானேத் தானமாய்த்
தந்தவரே தேவன்!

72. தேவ தரிசனம்

நாற்பது நாள் உபவாசம் இருந்து
நானிலம் காத்த நல்லவரே! - யாரையும்
வேற்றுமைப் பாராமல் வேதத்தின் மூலம்
வழி வகுத்த வல்லவரே!

தோற்றத்தில் மனிதனாய் வந்துப் பூமியை
தூய்மைப் படுத்திய தூயவரே! - அதனை
ஏற்றவர் நாமம் என்றும் நிலைக்க
அவர்களும் ஆனார்கள் தூயவரே!

நாற்றம் எடுத்த லாசரை உயிரோடு எழுப்பினீர்
நானிலத்தில் மீண்டும் வாழ! - உம்
கூற்றைக் கண்டு காலமெல்லாம் அவர்
உம்மைக் குனிந்துத் தொழ!

ஆற்றியப் பணியில் அரைகுறை இல்லாமல்
அனைத்தையும் முடித்துச் சென்றா! - உலகமேப்
போற்றிப் புகழ புதுமைகள் செய்து
பூலோக மாந்தரை வென்றீர்!

சேற்றில் கிடந்தி தோரைத் திசைத் திருப்பி
சீடராக்கினீர் பன்னிருவரை! - பாவத்தை
மேற்கொண்ட பாவியரைத் திருத்த பாரச்
சிலுவையில் கொடுத்தீர் தன்னுயிரை!

ஏற்போர் இகழ்வோர் இருப்பதுத் தெரிந்தும்
இறங்கி வந்தீர் கீழே! - துதிச்
சாற்றச் சொல்லி தரிசனம் தந்து
சென்று விட்டீர் மேலே!

73. புனிதரும் மனிதரும் யாரைப் புகழ்வார்?

தந்தை இல்லாமல் தோன்றுவார் என்றார்
தேவதூதன்! – அப்படியே
விந்தையாய்ப் பிறந்த வினோதம் செய்தார்
இயேசு நாதன்!

நரபலியை நாடாமல் நம்மைக் காக்க
வந்தார் தேவன்! - ஒரு
விரலினால் வேதத்தைப்புரட்டினால் விடியலைக்
காணும் ஜீவன்!

ஏழைக்கு இரங்கினால் இயேசு நமக்கு
கட னாளி என்கிறார்! - தினம்
நாளைக் கடத்தாமல் நாளும் துதிப்போரை
நல்லவனாய்க் காண்கிறார்!

இயேசுவையே இறைவனாய்த் துதித்தால் இறையரசில்
சென்று விடலாம்! - நாம்
மாசில்லா மனிதராய் வாழ்ந்தால் மரணத்தை
வென்று விடலாம்!

வடிக்கின்ற சாதமோ நம் உடலை
வளம் ஆக்கும்! - நாம்
படிக்கின்ற வேதமோ நாம் செய்தப்
பாவத்தைப் போக்கும்!

இவைகளைக் கைக் கொண்டவரைப் புகழ்வார்
இவ்வுலக மனிதர்! - மாமிச
தேவையைச் சந்தித்துத் திருந்தியவரைப் புகழ்வார்
அவ்வுலகப் புனிதர்!

74. ஆணவம் கொண்டோர் ஆமோதிக்க

வானவர் நாமத்தை வாயால் சொன்னாலே
வாதைகள் யாவும் விலகும்! - நம்மால்
ஆனவரை ஆன்றாடம் துதித்தால் அவரால்
ஆனந்தம் வீட்டில் நிலவும்!

ஈனருக்குப் புத்திச் சொல்லி பிள்ளையாய்
ஏற்றுக் கொண்டவராச்சே! - மண்ணில்
கூனர் குருடர் சப்பாணியருக்குச் சுகம்
தந்துக் கண்டவராச்சே!

தானம் செய்வதில் தனக்கு நிகர்
இல்லை என்றுச் சொல்லாமல்! - அந்த
வானம் பூமி வாழ்த்த வல்லமைச்
செய்தார் வையகம் கொள்ளாமல்!

கானம் கேட்டு கடும் புயலும் உடனே
கடலில் கடந்துச் சென்றது! - எத்தனையோ
ஊனர் உறுப்புகள் உலகோரைப் போல
உன்னதமாய் அமைந்துக் கொண்டது!

மானம் இழந்து மரியாதை இழந்து
நமக்காய் மரித்தார் தேவன்! - வீண்
ஆணவம் கொண்டோர் ஆமோதிக்க மூன்றாம்நாள்
உயிரித்து வந்தது அவர் ஜீவன்!

75. ஞாயிறு தோறும் விழா கோலம்

இறந்து உயிர்த்த இயேசுவை அறியாதவர்கள்
தெரிந்துக் கொள்வோம் என்று! - அந்த
பரமனின் பாதத்தில் வந்துப் பணிந்துத்
துதிக்கிறார்கள் முழங்காலில் நின்று!

சோரம் போனவர்கள் சுயமாய்ப் பிறந்தவரின்
சத்தியத்தைக் கேட்கிறார்கள் பக்தியோடு! - சிலுவைப்
பாரம் சுமந்தவர் சிந்திய இரத்ததால்
சுகமாயித் திரும்புகிறார்கள் சக்தியோடு!

கரணம் போட்டும் கற்சிலையால் முடியாததை
கர்த்தரிடம் பெற்றதாய்ச் சொல்லி! - இனி
மரணப் பரியந்தம் இயேசுவைத் துதிப்பதாய்
ஆலயம் வருகிறார்கள் துள்ளி!

வேறே தேவன் செய்யாத வினோதம்
இயேசு செய்வதைக் கண்டு! - இந்தப்
பாரேப் போற்றும் பரிசுத்தருக்கு ஊழியம்
செய்கிறார்கள் பலர் தொண்டு!

ஊரைக் காக்க உயிரைக் கொடுத்தவரே
உண்மைத் தேவன் என்று! - இயேசு
பேரைச் சொல்லிப் பூலோகமேத் துதிக்கும்
நாளை ஆலயம் சென்று!

வாரம் தவறாமல் ஞாயிறு தோறும்
வானவருக்கு விழா கோலம்! - பாவப்
பாரம் தாங்காமல் வருவோரை அது
பரிசுத்தரோடு இணைக்கும் பாலம்!

76. அழைத்தால் வருவார் ஆண்டவர்

வைராக்கியமாய் இயேசு வையகத்தில் வந்து
வைத்தியம் பண்ணினார் உள்ளபடி! - எவர்
கையையும் தொடாமல் கைமாறும் கேளாமல்
கைங்கரியம் செய்தார் நல்லபடி!

நோயால் நொந்து வாய் உலறி
பாயில் ஒருவன் கிடந்தான்! – அவன்
பெயரை இயேசு தயவாய் அழைத்ததும்
சுயமாய் எழுந்து நடந்தான்!

வாய்ச் சொல்லால் மெய்யாலுமே நடந்ததை
வையகம் கண்டுக் கொண்டது! - ஒரு
தாய்ப் பெற்றச் சேய்க்கு மேலே
செய்வதாய் எண்ணிக் கொண்டது!

ஆயுதம் தாங்கி அச்சுறுத்தும் அடுத்த
தேவனைப் போல அல்ல! - இயேசு
ஆயனாய் வந்து ஆட்டுக் குட்டியிடம் காட்டிய
அன்பை எப்படிச் சொல்லி!

தூயவர் இயேசுவை வாயாரத் துதித்தால்
சேயாய் எண்ணுவார் நம்மை! - கெடுக்கும்
பேயை விரட்டி நோயை விலக்கி
ஓயாமல் செய்வார் நன்மை!

இயல்பாய் ஒவ்வொரு செயலிலும் இயேசு
தூயவரை அழைத்தால் போதும்! - விடா
முயற்சியைக் கண்டு சுயமாய்ப் பிறந்தவர்
தயாரா வருவார் எப்போதும்!

77. மறக்க முடியுமா?

பாவப் புண்ணியத்தின் பலனை பரிசுத்தர்
படியாய் அளப்பார் பின்னால்! - அதனை
யாவரும் மரித்தப் பின்னேப் பெற்றேத்
தீர வேண்டும் தன்னால்!

ஜீவ புஸ்த்தகத்தில் எழுதியப்படி இது
நிச்சயம் நடந்தேத் தீரும்! - ஆதாம்
ஏவாளிலிருந்தே உண்டானச் சாபத்தை
மீற முடியாது யாருமே!

நாவால் பேசியதும் நடத்தையில் உள்ளதும்
உடனேப் பதிவாகி யிருக்கும்! - அந்த
நோவாவைப் போல் வாழ்ந்தால் நமக்கு
அவர் பலன் கிடைக்கும்!

பாவனையில் பரிசுத்தனைப் போல் வாழ்வோருக்கு
முடிவில் பாதாளக் குழி! - எத்தனைத்
தீவிணைச் செய்தாலும் திருந்தி வந்தவருக்கு
தாராளமாய் அளப்பார் கூலி!

சேவகனாய் வந்து சிலுவையில் தொங்கினீரே
என்றுத் துதிக்கும் நெஞ்சம்! - மரித்ததும்
ஆவலாய்ப் படி அளப்பார் அவரிடம்
அன்புக்கு ஏதுப் பஞ்சம்!

தேவ குமாரன் நம்மைத் தேடி வந்து
தெளிவாய்ச் சொன்னார் இதை! - நமக்கு
ஜீவனைக் கொடுத்து செயல்படுத்துகிறாரே
மறக்க முடியுமா அதை!

78. இரண்டும் கெட்டான் யார்?

மண்ணில் பிறக்க எண்ணிப் பார்த்து
கன்னி வயிற்றில் உதித்து! - இயேசு
பன்னிரெண்டு சீட்டுக்கும் புண்ணியத்தைப் புகட்டினார்
நன்மைச் செய்யும்படி போதித்து!

மங்காத ஒளியே உங்கள் நாமத்தை
எங்கும் பிரசுரிப்போரைக் கண்டு! - மகனே
தங்கமே என்று பொங்கி மகிழ்வீர்
அங்கத்தில் இருந்துக் கொண்டு!

துட்டுக்கு ஆசைப் பட்டு உம்மைக்
காட்டிக் கொடுத்தான் யூதாசு! - தூக்கு
மாட்டிச் சாகும்படி கெட்டியாய் அவனை
ஒட்டிக் கொண்டான் பிசாசு!

தவறானச் செய்கைக்கு நிவாரணம் செய்ய
அவதாரம் எடுத்தீர் மனிதனாய்! - எந்த
தேவனாலும் முடியாத ஜீவனை உயிர்ப்பித்து
யாவருக்கும் காட்டினீர் புனிதனாய்!

விழி இரண்டுக்கும் வழித் தெரிய
ஒளியைக் கொடுத்தீர் தேவா! - உலகோர்
நலியைப் போக்க துளியும் யோசிக்காமல்
பலி ஆனீரே ஜீவா!

இரண்டும் கெட்டான் பேருக் கெல்லாம்
ஒருவரே என்றீர் நானே என்று! - பின்னால்
மிரண்டுப் போய் திரண்டு வந்து
புரண்டு அழுவார் அன்று!

79. யோவான் பிறப்பு

மனம் நோகும்படி மலடி என்ற
மங்கையர் வாயை அடைக்க! - எலிசபெத்
குணம் கண்டு கர்த்தர் இரங்கினார்
அவள் கண்ணீரைத் துடைக்க!

தினம் தேவனுக்கு ஆலயத்தில் சக்கிரியாஸ்
தொண்டுச் செய்வதைக் கண்டு! - ஆண்டவர்
தூதரிடம் சொல்லி அனுப்பினார் அவனுக்கு
ஆண்பிள்ளை பிறக்கு மென்று!

சினங்கொண்டுச் சீறிப்பாய்ந்து சக்கிரியாஸ்
காட்டினார் தன் கோபத்தை! - பிள்ளை
பிறக்கும்வரை ஊமையாயிருக்க சக்கிரியாசுக்கு
தூதர் இட்டார் சாபத்தை!

கனத்துக்குரிய கர்த்தர் கிருபையால் எலிசபத்
கர்ப்பவதியாகி நின்றாள்! - ஊர்
ஜனம் உற்றார் உறவினர் வியக்க
யோவானை எலிசபெத் ஈன்றாள்!

வனம் தன்னில் வாழப் போகும் யோவானுக்கு
வகை வகையாய்ப் பெயர் சூட்ட! - சொந்த
இனத்தா ரெல்லாம் விழாவுக்கு வந்தனர்
தங்கள் மகிழ்ச்சியைக் காட்ட!

அனல் மின்சாரம் போல் ஆளுக்கொருப் பெயர்
வந்தவர்கள் சூட்டியதோடு அல்லாமல்! - சக்கிரியாஸ்
அப்பா அவசரமாய் யோவான் என்றுப் பலகையில்
எழுதியதும்
பேசினார் ஊமையாய் இல்லாமல்!

80. கடன் வாங்காமல் காலம் கழிக்க

நீங்களும் ஒருவருக் கொருவர் மன்னியுங்கள்
என்று வேதத்தில் உள்ளது! - இனி
நாங்களும் அதன்படி நடப்போம் என்று
நடப்பவர் பெறுகிறார் நல்லது!

பாங்காய் அந்தப் பாதையில் பயணம்
போனால் பரலோகமேத் தெரியும்! - உள்
வாங்கியதும் உறுதியாய்ப் பற்றிக்கொண்டால்
அந்த உண்மைப் புரியும்!

நாங்கல் மீறி நடப்பவர்கள் எல்லாம்
நானிலத்தில் புரிவார் சாதனை! - மறுத்
திங்கள் வரும் முன்னே அவர்கள்
அடைவார் நரக வேதனை!

தேங்கியப் பாவத்தைத் தெரித்தோடச் செய்பவர்
தெரிந்துக் கொள்கிறார் தேவனை! - இரவு
தூங்கி விழிக்கும்வரை காத்துக்கொள்கிறார்
தினம் அவர் ஜீவனை!

தீங்கேத் தொழிலாய்க் கொண்டவர் அதைச்
சிந்தித்துப் பார்ப்பது கிடையாது! - இயேசு
எங்கே என்றுத் தினம் தேடும் நெஞ்சம்
என்றும் பரிசுத்தம் உடையது!

ஏங்கித் தவிப்போரைப் பார்த்து இயேசு
என்னிடம் வாருங்கள் என்றார்! - கடன்
வாங்கிக் காலம் கழிக்காமல் இருப்பீர்
என்றுச் சொல்லிச் சென்றார்!

81. காலத்தால் அழியாக் காவியம்

காலத்தால் அழியாக் காவியம் கர்த்தர்
இயேசுவின் வாழ்க்கை வரலாறு! - மனதில்
ஆழமாய் விசுவாசித்து அந்த ஆண்டவரை
ஆராதிப்போர் இன்று பலபேரு!

பரிசுத்த ஆவியால் இயேசுவைப் போல பிறந்ததாய்
எந்த தேவனுமேக் கிடையாது! - அந்த
திரியேகனைப் போன்றவர் என்று அடையாளம்
காட்ட யாராலும் முடியாது!
கண் கண்ட தெய்வம் என்றுச் சொன்னால்
கர்த்தருக்குத் தான் அது பொருந்தும்! - இந்த
மண்ணில் மனிதனாய் வந்து மகிமைச்
செய்தார் பல ஊர் திரிந்தும்!

துயர்த் துடைக்க தன் ஆவியைத் தந்து
மீட்டுத் தந்தவர் உண்டா?– அந்த
தயவுள்ள தகப்பனைப் போல எங்கு
இருந்தாலும் இங்கேக் கொண்டா!

பாவமே அறியா தேவனை சிலுவையில்
காவலன் ஆணையால் கொல்ல! - மீண்டும்
ஜீவனைப் பெற்றுத் தேவன் எழுந்தார்
சாவை வென்றதைச் சொல்ல!

காவியம் படைக்க கன்னி வயிற்றில்
இயேசுவைப் போல பிறந்ததும் கிடையாது! - அடைந்த
சாவிலிருந்தும் உயிர்த்து வந்ததாய்
சரித்திரம் எழுதியதும் கிடையாது!

82. பெருமைக்குரிய பிதா

பொறுமைச் சிறந்த பூமியை மிஞ்சிய
புனிதர் இயேசு நாதா! - உம்
அருமையை அறிந்தவர் ஆண்டவரே என்று
அன்றாடம் துதிக்கிறார் சதா!

வறுமைக் கோடு என்று இந்த வையத்து
அரசாங்கம் கூறுவதுப் போல! - எல்லாத்
திறமை இருந்தும் எளிமையாய் வந்தீர்
ஏழை மனிதனைப் போல!

உரிமைக் கொண்ட பாத்திரமாய் வந்து
இந்த உலகோரை இரட்சித்தீர்! - நீதி
நேர்மை தவறாமல் நிலமிதில் வாழ
நிச்சயத்து அனைவரையும் சிட்சித்தீர்!

வெறுமையாய் வந்து விநோதம் செய்தீர்
இந்த வையகமே வியக்க! - அது
மறுமையிலும் கூட மனனத மகிழச்செய்யும்
பரத்தில் சென்று லயிக்க!

சிறுமைப்பட்ட வருக்குக் காட்டினீர் நேரே
சீயோனுக்குச் செல்லும் வழியை! - அதனால்
பொறாமைக் கொண்ட புல்லர்கள் உம்மீது
சுமத்தினர் வீணானப் பழியை!

கருமைநிறப் புள்ளிக் குத்தி உம்மை
கழுமரத்தில் ஏற்றிக் கொன்றும்! - உம்
பெருமையைப் புவியில் காட்டினீர் மீண்டும்
உயிர்த்து எழுந்துச் சென்றும்!

83. தலைச் சிறந்த தேவன்

பிறப்பால் பேரும் புகழும் பெற்ற
பிதாவின் குமாரனே வருக! - உம்
இறப்பால் வாடும் இந்த உலகோர்
உள்ளத்திற்கு அமைதித் தருக!

வரப்பு வாய்க்கால் தாண்டிப் போய்
வல்லமைச் செய்திருக்கிறீர் அன்று! - அந்த
சிறப்புச் செய்தியைப் படிக்கையில் எங்கள்
சிரசேச் சுற்றுகிறது இன்று!

அரக்கர் மத்தியில் அகிம்சை வழியில்
அகிலத்தையே வென்று இருக்கிறீர்! - உம்
இரக்கம் கண்டு இறைவா என்றவருக்கு
இரங்கிச் சென்றிருக்கிறீர்!

மறக்க முடியா மகிமையைக் கண்டு
மாயக்காரன் என்றுச்சொல்லி! - உம்மோடு
பிறக்கா சகோதரன் போன்ற யூதாஸால்
உயிருக்கு வைத்தனர் கொல்லி!

பிறவிப் பயனை பூலோகம் அடைய
பரிசுத்த ஆவியை இழந்து! - ஒரு
துறவிப்போல் வாழ்ந்து மரித்து மீண்டும்
உயிர்த்து வந்தீர் எழுந்து!

பரந்தப் பூமியில் பலரும் பலவித
தேவனை வணங்கிணாலும் கூட! - தலைச்
சிறந்த தேவன் என்று நிரூபிக்க நீர்
வந்தீர் மனித உடலோட!

84. மனிதர் யார்? புனிதர் யார்?

கண்ணால் கர்த்தரைக் கண்டும் துதிக்காமல்
செல்வோரை விட்டுத் தள்ளுங்க! - களி
மண்ணால் நம்மைப் படைத்தக் கர்த்தருக்கு
நாம் துதி சொல்வோங்க!

சொன்னச் சொல்லை யோசித்துப் பார்த்தால்
ஒவ்வொன்றும் வைரக் கற்கள்! - அது
இன்னலை நீக்கி இரட்சிக்க வந்த
இயேசுவின் உன்னதச் சொற்கள்!

தன்னைப் போலவேப் படைத்ததால் ஆதாமுக்கு
ஜீவனைக் கொடுத்தார் பிள்ளையாய்! - பிசாசின்
பின்னேப் போனதால் அவன் சாவுக்கு
ஏதுவாய் அமைந்தது எல்லையாய்!

அந்நாளில் ஆதாம் ஏவாளால் ஏற்பட்டது
விதி முடிவு கணக்கு! – அது
இந்நாளிலும் இடைவிடாமல் இருந்து வருகிறது
அவர்களாலே வந்தது நமக்கு!
சென்றவர் வந்துச் சொல்வதில்லை
மோட்சம் நரகம் உண்டென்று! - அந்த
ஆண்டவரே வந்துச் சொன்னதால் போவோம்
அவர் வழியில் சென்று!

உண்டச் சுவை மாறும் முன்னே
நன்றிச் சொல்பவர் புனிதர்! - கிருபையைக்
கொண்டப் பின்னே கர்த்தரே என்று
காலில் விழுவோர் மனிதர்!

85. இயேசுவை மட்டும் கும்பிடுங்க

மழைப் பேரும் மகப் பேரும்
மகாதேவன் கையில்! - அந்த
மகாதேவன் மகிழ்ந்து இருப்பதோ
மனிதனின் மெய்யில்!

நிலையைப் பார்த்து நிலவரம் பண்ணி
நிச்சயத்துச் சொல்வார் மனிதர்! - அதனை
நிர்மூலமாக்கி நொடியில் மாற்றி
நிறைவேற்றுவார் இயேசு புனிதர்!

விலை இல்லாமல் வெறுமனேத் தருவார்
விரும்பியதை யெல்லாம் கூறுங்க! - எந்த
விவகாரமாயிருந்தாலும் வினாடியில் தீர்த்து
விடுதலைத் தருவார் பாருங்க!
கொலைச் செய்து புதைத்தும் ஜீவனைக்
கொண்டு வந்தவராச்சே! - கொன்றக்
கொடியவரும் கும்பிட உயிர்த்துக் காட்சிக்
கொடுத்துத் தந்தவராச்சே!

தொலைவில் இருந்தாலும் தூயவரே என்றால்
தொடர்ந்துத் தருவார் ஆசிர்வாதம்! - எந்தத்
தொடர்பும் இல்லாமல் தானேச் செய்வார்
தொட்டு வணங்குவோம் அவர்பாதம்!

பழைய சாமிகளை பணிந்ததுப் போதும்
பாதாளத்தில் தள்ளி விடுங்க! - இனியாவது
பரிசுத்த ஆவியால் பிறந்த இயேசு
பரமனை மட்டும் கும்பிடுங்க!

86. இரண்டாம் வருகையை எண்ணி

இரண்டாம் முறை ஆவியாய் வருவேன் என்றீரே
எப்போது வருவீர் தேவா! - உம்மை
இரண்டாயிரம் வருடங்களாய் எதிர்ப்பார்த்து
ஏங்கித் தவிக்கிறோம் ஜீவா!

பாராத முகத்தைப் பார்த்தால் எங்கள்
பலவருட ஏக்கம் தீரும்! - என்றும்
மாறாத அன்புக் கொண்ட உம்மைக்
கண்டால்தான் மனம் ஆறும்!

சோராமல் ஸ்தோத்திரம் சொல்லித் துதித்து
தினம் உம்மை மன்றாடுகிறோம்! - அதுவும்
தீராமல் ஆண்டுக்கு ஒருமுறை கிறிஸ்துமஸ்
பண்டிகை ஏற்படுத்திக் கொண்டாடுகிறோம்!

ஊராரை உன்னதத்தில் கொண்டுச்சேர்க்க
உருவில் மனிதனாய் வந்தவரே! - இந்தப்
பாரோர் கையால் மரித்து மூன்றாம் நாள்
மீண்டும் உயிர்த்து எழுந்தவரே!

ஏராள அற்புதம் செய்தீர் செய்கிறீர்
அவைகளை எண்ணி மகிழ்கிறோம்! - உம்
தாராளக் குணம் அறியாப் பேர்களுக்கு
அறிவித்து உம்மைப் புகழ்கிறோம்!

இரவும் பகலும் துதிக்கிறோம் இன்றே
இறங்கி வாங்க சாமி! - உம்
வரவைக் காண வழிப் பார்த்து
நிற்கிறது இந்தப் பூமி!

87. இயேசுவுக்கு லேசான காரியம்

வாசாமி என்று இயேசுவை வையத்தார்
வாய் விட்டு அழைக்க! - மனித
ஆசாமியாய் வந்து அற்புதங்கள் செய்தார்
அனைவர் நெஞ்சிலும் நிலைக்க!

நாசம் அடைந்தோர் நற்கதி அடைய
நானிலத்தில் வந்தார் மனிதனாய்! - பாவ
தோசம் களைந்து வாழ வாழ்ந்துக்
காட்டினார் வையத்தில் புனிதனாய்!

நேசகரம் நீட்டி நெஞ்சைத் தட்டிக்
கொடுத்தார் நிம்மதி இழந்தவரை! - அதிகப்
பாசம் கொண்டு மேலும் ஆசிர்வதித்தார்
அவர் ஜீவனால் வளர்ந்தவரை

யோசனைப் பண்ணி முடிவு எடுத்து
இந்தப் பூமிக்கு வந்து! - வாய்ப்
பேசாப் பேர்வழிக்கு சொல்லைக் கொடுத்து
மீட்டார் இரட்சிப்பைத் தந்து!

ஈசனே இன்னொளியைத் தாரும் என்றவர்
குரல் காதில் கேட்க! – கண்
கூசும் ஒளியைக் கொடுத்தார் கண்ணால்
உலகில் அனைத்தையும் பார்க்க!

ஆசானே என்று அழைத்தவர்கள் அழுதுப்
புலம்பினர் ஆவிச்சென்ற நாளிலே! - இது
லேசானக் காரியம் என்று இயேசு கிறிஸ்து
உயிர்த்து எழுந்தார் மூன்றாம் நாளிலே!

88. பரிசுத்த இரத்தத்தின் பயன்

தண்ணீரால் கழுவாமல் கண்ணீரால் கழுவாமல்
செந்நீரால் பாவத்தைக் கழுவி! - இயேசு
விண்ணுலகில் இருந்து மண்ணில் வந்தார்
புண்ணியரே என்றுத் தொழுவ!

உதிரம் கீழே ஒழுகினால் உடனே அது
தானே உறையும் தன்மை! - இயேசு
உதிரமோ உறையாமலோடி உத்திரவாதம் தந்து
உலகோர்க்குச் செய்தது நன்மை!

இரட்சிக்கத் தேவை இரத்தம் என்று
இருந்ததில் கொஞ்சம் எடுத்து! - தன்னோடு
இருந்த சீடர்களுக்கு இரங்கினார் அதனை
பானமாய்ப் பருகக் கொடுத்து!

உடலில் உள்ள உதிரத்தைச் சிந்தியதோடு
உயிரையும் கொடுத்துச் சென்றார்! - பெருங்
கடல் போன்ற கருணை உள்ளத்தால்
காண்போரைக் கவர்ந்துக் கொண்டார்!

வாயில்லா ஜீவனின் இரத்தத்தைக் கொண்டு
பலிச் செலுத்தாதீர் என்று! - தன்
தூய இரத்தத்தால் பாவத்தைக் கழுவினார்
சிலுவையில் தொங்கி நின்று!

பரிசுத்த இரத்தம் பாவியையப் பரிசுத்தமாக்கி
பரலோகம் அழைத்துச் செல்கிறது! - அந்த
திரியேக தேவனை அதனால் வேதம் நம்மைத்
தினம் துதிக்கச் சொல்கிறது!

89. குடிகாரரின் குமுறல்

கானத்தைக் கேட்டே வானத்து மன்னாவைத்
தானமாய்த் தந்தீர் போசிக்க! - மது
பானத்தை அருந்தி ஆணவத்தால் அழிந்தவனைக்
காண வாரும் நேசிக்க!

தூண்டிலில் சக்கிய கெண்டை மீனாய்த்
திண்டாடித் தவிக்கிறேன் ஐயா! - உம்மை
வேண்டினால் அதனைத் தாண்ட முடியும்
என்று விசுவாசிக்கிறேன் மெய்யா!

பிஞ்சு வயதில் நஞ்சாய்த் தெரியாமல்
வஞ்சக ரோடுச் சேர்ந்துக் குடித்து! - இப்போது
நெஞ்சு அடைக்கவே தஞ்சம் அடைந்து
கெஞ்சிக் கேட்கிறேன் துடித்து!

மனைவி மக்கள் துணை இருந்தும்
விணையை ஏந்திப் போனேன்! - உம்மை
நினையாமல் வாழ்ந்ததால் விணையில் சிக்கி
பிணையக் கைதி ஆனேன்!

பாரம் சுமப் போரே வாருங்கள் என்றதைக்
கிருபையாய் எண்ணிக் கேட்கிறேன்! - வாழ்வில்
சோரம் போனவனுக்கு இரங்கும் என்று
சிரம் தாழ்த்தி நிற்கிறேன்!

இடை மெலிந்து நடைத் தளர்ந்து
படையும் பற்றியது உடலே! - உம்
கொடை எனக்குக் கிடைத்தது இப்போது
நடைப் போடுகிறேன் கடவுளே!

90. என்றும் காப்பார் இயேசு

இன்பமாய்ப் பேசி துன்பத்தைத் தருபவரே
என்னைக் கொஞ்சம் பாரு! - நீ
மண்ணில் மரித்து விண்ணில் போகையில்
உன்னைக் காப்பது யாரு?

பரிசுத்தர் இயேசு திரியேகனைப் போல
பாரினில் வாழ யோசி! - உயிராய்த்
தரித்து உன்னில் மரிக்கும்வரை இருக்கும்
பெரியவரை எப்போதும் நேசி!

பூவைச் சூடாமல் நாவை அசைத்தாலே
தேவையைச் சந்திக்கும் இயேசு! - கன்னிப்
பாவை மகன் கோவை இதழால்
யாவையும் தருவார் பேசு!

அகத்தில் வசிப்பவர் மகளாய் எண்ணி
சகலமும் ஊக்குத் தந்து! - உலகமேப்
புகழ்ந்துப் பேச மகத்துவம் யாவும்
இகமதில் தருவார் வந்து!

நித்தியப் பிதாவை நித்தம் துதித்தால்
சத்தியத்தைத் தெரிந்துக் கொள்ளலாம்! - இறைப்
பக்திக் கொண்டு உத்தமனாய் வாழ்ந்தால்
சத்தியமாய்ப் பரலோகம் செல்லலாம்!

உண்ணும் உணவாய் தன்னையேத் தந்தவரை
வேண்டு இரட்சித்து மீட்டார்! - அந்த
முன்னவர் வழியில் மண்ணில் வாழ்ந்தால்
என்றும் உன்னைக் காப்பார்!

91. பெரும்பாடு நீங்கிய பேதை

அரும்பாடுப் பட்டுச் சேர்த்த ஆஸ்தி
அனைத்தையும் தொலைத்தாள் ஒருத்தி! - உடலில்
பெரும்பாடு நோய் வந்து அவளை
வாட்டி எடுத்தது வருத்தி!

தெருஓரம் சென்றவன் தேவனின் மகிமையை
அவளுக்கு எடுத்துச் சொல்ல! - அவர்
இருக்கும் இடத்தை கூறும் என்றாள்
மனம் பூரித்துக் கொள்ள!

இருந்தவரும் இருப்பவரும் வருபவருமானவர் தீர்ப்பார்
அவர்தான் இயேசு தேவன்! - உன்
பெருந்துயர்தீர அவர் ஆடையைத் தொட்டால்
தீரும் என்றான் அவன்!

சருமநோய்த் தீர சர்வேசுவரன் ஆடையைப்
பின்னால் அவள் தொட! - அவர்
கருமம் தொலைக்க வந்ததைக் கண்டுக்
கேட்டார் இயேசு ஆர்வத்தோட!

விரும்பி வந்த மகளே விசுவாசிக்கிறாயா
என்று இயேசு கேட்க! - மனம்
உருக விசுவாசிக்கிறேன் என்றாள் தன்னை
வியாதி லிருந்து மீட்க!

உருக்குலைத்த வியாதி ஒழிந்தது என்று
உத்தமர் சொல்லி முடிக்க! - இயேசு
திருமகன் வார்த்தையால் அப்போதே சுகம்
பெற்றாள் அவளை வேதத்தில் படிக்க!

92. சொர்க்க வாசல்

எல்லாம் வல்ல பிதா வென்று எல்லோரும்
இயேசுவின் நாமத்தைச் சொல்ல! - அந்த
நல்ல உள்ளம் படைத்தவர் மனிதனாய் வந்தார்
நம்மோடு வாழ்ந்துச் செல்ல!

கல்லின் உள்ளே இருந்து நீரைக் கொணர்ந்தார்
காண்போரும் கேட்போரும் வியக்க! - நா
சொல்லின் வல்லமையால் நாழியில் புதமைச் செய்தார்
நானிலத்தோருக்கு நன்மைப் பயக்க!

நெல்லும் புல்லும் நிலத்தில் விளைந்தாலும் முடிவில்
நீக்கி விடுவார் புல்லை! - இயேசு
சொல்லியச் சொல்லோ நீங்காது நெஞ்சில் வைத்துக்
கொள் அவர் சொல்லை!

தில்லு முல்லுச் செய்வோரைத் திருத்த தேவன்
தேடி வந்தார் நம்மை! - அதனால்
கல்லும் முள்ளும் நிறைந்த வழியில் கடந்துச்
சென்றார் இது உண்மை!

மல்லும் கொல்லுமாய் இதை ஏற்பவர் நெஞ்சம்
மகிமையைக் காண்பது அரிது! - பின்னால்
உள்ளுக் குள்ளேயே மனதை உருத்தும் உலகில்
இதுவே மிகப் பெரிது!

சொல்வதை யெல்லாம் ஏற்போருக்கு ஜோலி முடிந்ததும்
சொர்க்க வாசல் திறக்கும்! – அந்த
எல்லாம் வல்ல பிதாவின் மடியில் அமர
நமக்கு இடம் இருக்கும்!

93. சாட்சியாய் வந்த தேவன்

கோபம் கொள்ளாமல் என்னை ஏற்றுக்
கொண்டு இறைவா! - என்
பாவம் முழுவதையும் கழுவி விட்டீர்
மனம் நிறைவா!

புனித இரத்தம் யாவையும் சிந்தினீர்
பூமியைப் புதுப்பிக்க! - அதற்கு
மனித அவதாரம் எடுத்து வந்தீர்
பூலோகமேப் பிரமிக்க!

மெச்சிப் புகழ மேதினியார் கண்ணீரை
ஒரு சொல்லால் துடைத்தீர்! - மண்ணில்
பச்சைப் பயிர்கள் செழிக்க பனிக்குப்
பின்னே மழையைப் படைத்தீர்!
சாகும் வரம் சாசனம் ஆனது
ஆதாம் ஏவாளால்! - மரித்துப்
போகும் சாபம் பெற்றனர் நீர்
இட்ட சவாளால்!

மரித்தவர் உயிர்ப்பிக்கும் மார்க்கம் சொல்ல
வந்தீர் நீர்! - உம்
பரிசுத்த வல்லமையை நேரில் கண்டது
இந்தப் பார்!

சொன்னதுப் போல இசய்துக் காட்டி
சுத்திகரித்துப் போனீர்! - உலகிற்கு
உண்மையான தேவன் நீரே என்று
சாட்சி ஆனீர்!

94. சிலுவையின் கீழே மரியாள்

ஐயனே என்று நான் அழைக்கையில்
அகமும் முகமும் மலர்ந்தீரே! - சிறுப்
பையனாய் இருக்கையில் பாலும் சோறும்
ஊட்டப் பக்குவமாய் வளர்ந்தீரே!

ஓடி விளையாடி ஓய்வு எடுக்கையில்
உட்கார்வீர் என் மடியில்! - உம்மைத்
தேடி அலைய விடாமல் வந்திடுவீர்
தாயிடம் ஒரு நொடியில்!

வனாந்தரக் காட்டில் வாய்ருசிக்க
உணவை வாரி வழங்கினீர்! - இந்த
வையத்து மாந்தருக்கு வல்லமைச் செய்து
வரலாறு எழுதும்படி விளங்கினீர்!

கண்ணாடி மேனியில் காயங்கள் ஏற்பட
சவுக்கால் அடிப் பட்டீரே! - எனக்கு
முன்னேப் போவேன் என்று ஒரு வார்த்தை
சொல்லாமல் போய் விட்டீரே!
பாரோர் எல்லாம் பாராட்ட என்னைப்
பாக்கிய வதியாய் ஆக்கி விட்டு! - உம்மை
ஊரார் கையில் ஒப்புக் கொடுத்துப்
போனீரே உலகை விட்டு!

சிலுவையின் கீழே அழுதுப் புலம்பவா
என்னை அன்னையாக்கினீர்! - நாளை
உலகமே உம்மைத் தொழுது வணங்கவா
அதிலே உயிரைப் போக்கினீர்!

95. இங்கேயேப் புசிக்கலாம் பாலும் தேனும்

பாலும் தேனும் பருக ஆசை
நானோ ஒரு ஏழை! - பரமன்
வாழும் பரலோக ராஜ்யம் போனால்
புசித்துப் போக்கலாம் நாளை!

கேளும் மனிதா என்றான் ஒருவன்
கேலிச் செய்தேன் அவனை! - கர்த்தரை
நாளும் துதி என்றான் துதித்துக்
கண்டேன் அந்த தேவனை!

வாலும் தலையும் தெரியாமல் நான்
வாடி இருந்ததைப் பார்த்து! - கர்த்தர்
மாலுமிப் போல வந்து தயாக
கடலைக் கடந்தார் தீர்த்து!

காலும் தலையும் நோகாமல் தினம்
காத்து வருகிறார் என்னை! - உலகை
ஆளும் நிலைப் பெற வைத்து
விட்டார் என்மீது கண்ணை!

மேலும் கீழும் தெரியாமல் மிருகத்
தனமாய் வாழ்ந்தேன் அன்று! - கர்த்தரை
கீழும் மேலும் புரிந்து அவருக்குப்
பிள்ளையாய் வாழ்கிறேன் இன்று!

கோலும் தடியும் மோசேயிக்குக் கொடுத்து
கூடவே இருந்த தேவன்! - ஒவ்வொரு
நாளும் அவரை உண்மையாய்த் துதித்தால்
உல்லாசமாய் வாழ்கிறது ஜீவன்!

96. கொண்டக் கவலை சென்று விட்டது

ஜன்னலைத் திறந்து மின்னலைப் பார்த்தேன்
தின்னமாய் எனக்குத் தெரிந்தது! - அந்த
விண்ணின் மழை மண்ணில் இறங்குவதாய்
என் எண்ணத்தில் எழுந்தது!

எண்ணியதுப் போல என்னை முழுவதும்
தண்ணீரால் நிரப்பியது மழை! - என்னை
மன்னியுங்கள் இயேசுவே என்றேன் உடனே
சன்னமாய் மாறியது நிலை!

கண்ணீர்ச் சிந்துவதைக் கண்டு இயேசு
பின்னால் இருந்தவரை அழைத்தார்! - அந்தப்
பன்னிரு சீடர்களும் முன்னால் வந்து
என்னைச் சுற்றி வளைத்தார்!

உன்னதர் வாயால் சொன்னதும் சீடர்கள்
வெண்குடையால் தூறலைத் தேக்கினர்! - அந்த
முன்னவர் இயேசு முன்னால் வந்து
என் கவலையைப் போக்கினர்!

கிண்ணத்தில் அள்ளி அன்னத்தை ஊட்டும்
அன்னையைப் போல இயேசு! - தன்
உன்னதத்தில் என்னைக் கொண்டுச் சேர்க்கும்
எண்ணத்தில் நீக்கினார் மாசு!

கண்டுப் பேசியதும் கொண்டக் கவலை
சென்று விட்டது தேவா! - உம்மை
மன்றாடித் துதித்து கொண்டாடி மகிழ்ந்து
என்றும் போற்றுவேன் ஜீவா!

97. என்று வரும் மன நிறைவு?

பெற்றவள் முகம் காணாமல் எத்தனையோப்
பிள்ளைகள் ஏங்குகிறார்கள் நாட்டில்! - சில
பெண்கள் பிள்ளையே இல்லாமல் மனம்
நொந்து வாழ்கிறார்கள் வீட்டில்!

சற்று யோசித்துப் பார்த்தால் சங்கடம்
இருவருக்கும் ஒன்று தான்! - மண்ணில்
முற்றும் துறந்தவரைத் துதிப்பவருக்கு
மன நிறைவு அன்று தான்!

உற்று நோக்குங்கள் உருவில் வந்த
உத்தமர் இயேசு தேவனை! - தீங்கு
அற்றுப் போக ஆவியைக் கொடுத்தவர்
காப்பார் உங்கள் ஜீவனை!

பற்று மட்டும் இருந்தால் போதாது
பரிசுத்தமாய் வாழ வேண்டும்! - வேதத்தைக்
கற்று உணர்ந்து காலமெல்லாம் அதைக்
கைக் கொள்ள வேண்டும்!

பெற்றப் பிள்ளைக்கு மேலே பிதா
காப்பது உங்களுக்குத் தெரியாது! - அது
ஏற்றக் காலத்தில் எதிர்க் கொண்டு
வரும்வரை சொன்னாலும் புரியாது!

காற்று உள்ளப்போதே கண்டுக் கொள்
கர்த்தரை விட்டு விடாமல்! - இறைப்
பற்று உள்ளப் போதே பார்த்துக் கொள்
பரிசுத்தம் கெட்டு விடாமல்!

98. அனைத்தையும் வெல்லும் அகிம்சை வழி

அகிம்சையால் அனைத்தையும் வெல்லலா மென்று
அறிமுகப்படுத்தி தேவா! - உம்
ஆயுள் நாட்களை யெல்லாம் அதிலேக் கழித்து
ஆவியையும் துறந்தீர் ஜீவா!

இன்னல் நீக்குபவரே இறைவன் என்று
இம்சைப் படுவோர் அறிய! - தன்
ஈகைக் குணத்தால் இம்சையை மாற்றினீர்
ஈசன் என்றுப் புரிய!

உள்ளத்தின் உள்ளே உள்ளதைச் சொல்ல
உருவில் தானே வந்து! - உலகில்
ஊனம் உற்றோர் உம்மை அறிய
ஊக்குவித்தீர் தன்னையேத் தந்து!

எட்டுத் திசையும் உம்மை இறைவனாய்
எண்ணித் துதித்து வாழ! - உலக
ஏட்டில் இடம் பெற வந்தீர் ஒரு
ஏழை மனிதனைப் போல!

ஐயிரண்டு கட்டளையைக் கைக் கொள்வோர்க்கு
ஐஸ்வர்யம் அதுதான் என்று! - உலகில்
ஒவ்வொரு மனிதர் உள்ளத்தில் பதியும்படி
ஒளிமயமாய்ச் சொன்னீர் அன்று!

ஓயாமல் வேதத்தை ஓதினீர் மரித்து
ஓய்வு எடுத்துக் கொள்ள! - கிடைக்காத
ஔடதமாய் உயிர்த்து வந்தீர் உலகமே
ஔஷசித்தர் என்றுச் சொல்ல!

99. அண்ணணும் தம்பியும்

வேண்டாத தெய்வத்தை யெல்லாம் வேண்டியும்
வேதனைத் தீராதது என்னே?- அதற்கு
மூன்று நாளாத் திருவிழாக் கொண்டாடியும்
முன்னேற்றம் இல்லை அண்ணே!

வேண்டாம் பிடிவாதம் ஆண்டவரை வணங்கு
என்று அன்றேச் சொன்னேனேத் தம்பி! – மீறி
தூண்டில் மீனைப் போலச் சிக்கித்திண்டாடித்
தவிக்கிறாயே இப்போது வெம்பி!

கண்டவர் சொல்லியும் கேட்காமல் மீண்டும்
துதித்தால் இரங்குவாரா அண்ணே? - உன்னைப்
போன்றவர் சொன்னதை ஏற்றுக் கொண்டு
துதிக்கிறேன் உனக்கு முன்னே!

இன்றாவது நல்லப் புத்திக் கொண்டாயே
இது போதும் தம்பி! - இயேசு
ஆண்டவர் உனக்கு இரங்குவார் மண்டிப்
போட்டுத் துதி நம்பி!

கொண்டப் பாவத்தை மறைக்காமல் ஒன்று
விடாமல் சொல்கிறேன் அண்ணே! - மூன்றில்
ஒன்றானத் தேவன் என்னைக் கண்டுக்
கொள்ள வருவாராப் பின்னே?

வேண்டுதல் செவியில் விழுந்தால் வண்டாய்
வந்து விடுவார் பறந்து! - அவர்
தூண்டுதல் பெற்றால் தொடர்ந்து என்றும்
பூமியில் வாழ்வாய்ச் சிறந்து!

100. பிடிப் பட்டார் பிதாகுமாரன்

ஊட்டி வளர்த்தவரை காட்டிக் கொடுக்க
கூட்டி வந்தான் யூதரை! - கையை
நீட்டி வாங்கியக் காசுக்கு யூதாசு
மாட்டி விட்டான் இயேசு நாதரை!

யாரைத் தேடி வந்தீர் என்று
யூதரை இயேசு கேட்க! - அவர்கள்
ஊரை ஏமாற்றும் நசரேனாகிய இயேசுவை
என்றனர் அனைவரும் திகைக்க!

நீங்கள் தேடும் இயேசு நாதர்
நான் தான் என்றுரைக்க! - ஒளி
ஓங்கி வீசவே யூதர்கள் கீழே
விழுந்து விட்டனர் விரைக்க!

இரண்டாம் முறை இயேசு கேட்க
மீண்டும் விழுந்தனர் முன் போல! - இயேசு
மூன்றாம் முறை முடிவாய்க் கேட்கையில்
முன்டாமல் கிடந்தனர் மண்மேலே!

சீடர் எல்லாம் வேடரைப் போல
தடம் தெரியாமல் ஓட! - இயேசுவைப்
பாடாய்ப்படுத்தி இடம் தெரியாமல்
அடித்தனர் இரத்தம் ஆறாய் ஓட!

மெய்யான தேவனை நையப் புடைத்து
கையைக் கட்டி இழுத்து! - இவன்
பொய்யன் என்று ஐயனை அரசனிடம்
இழுத்துச் சென்றனர் வெளுத்து!

101. பிறரும் துதிக்க வேண்டும்

பிதா குமாரன் பரிசுத்த ஆவியின்
பின்னால் நீங்கள் செல்லுங்கள்! - பெண்டு
பிள்ளைகட்கும் அவர் நாமத்தைச் சொல்லி
பின் பற்றச் சொல்லுங்கள்!

பிறகுப் போகலாம் என்று உங்களை
பிசாசு வந்துக் கெடுப்பான்! - அவன்
பிடிவாதமாய்ச் சொல்வதைக் கேட்போர் கடைசியில்
பிச்சைத் தானே எடுப்பான்!

பிரசங்கத்தில் கேட்ட பிதா வார்த்தையின்
பிரமாதத்தை எடுத்துச் சொன்னால்! - இனிப்
பிரயோஜனம் இல்லை என்று எண்ணி
பிசாசு ஓடுவான் தன்னால்!

பிற நாட்டிற்கும் நம் நாட்டிற்கும்
பிதா ஒருவரே தேவன்! - மனிதராய்ப்
பிறந்தவர் அனைவரும் சுவாசிக்க அவர்
பிரத்தியேகமாய்த் தந்தார் ஜீவன்!

பிழையைப் பேரின்பம் என்றுச் சொல்லி
பித்தலாட்டம் பண்ணிக் கூறுவான்! - அதைப்
பிசகாய் எண்ணிப் பயந்து நின்றால்
பின் தொடர்ந்து வருவான்!

பிறந்தவரும் இனிப் பிறப்பவரும் இயேசுவை
பிதாவாய்த் துதிக்க வேண்டும்! - அதனால்
பிந்தினவர் முந்தினவரைப் புரிந்தக் கொண்டு
பிறரையும் துதிக்கத் தூண்டும்!

102. ஆண்டவர் நிலையை ஆராய்ந்துப்பார்

அனைவரையும் மகனே மகளே என்று
அழைத்தவர் நாமத்தைப் பாடுங்கள்! - உலகில்
அனைத்தையும் அவர் நமக்காய்ப் படைத்ததால்
அவரைத் தினம் தேடுங்கள்!

ஆநிரையில் பிறந்து அவைரையும் இரட்சித்த
ஆண்டவரை மட்டுமேத் துதியுங்கள்! - அந்
ஆதி அந்தமுமானவரை அடுத்தவரும் துதிக்க
ஆசிப் பெற்றுப் போதியங்கள்!

இறைவன் என்பவர் இயேசு மட்டும்தான்
இன்னொரு தேவன் இல்லை! - அந்த
இறைவனைப் போல மண்ணில் மனிதனாய்
இறங்கி வந்ததும் இல்லை!

ஈகைக்கு இலக்கணமாய் இயேசு தன்னை
ஈந்தார் இந்த உலகிற்கு! - அந்த
ஈசன் உலகில் எளிமையாய் வாழ்ந்தார்
ஈடு இணை இல்லா அளவிற்கு!

உண்மை தேவன் என்பதை நிரூபிக்க
உருவில் வந்தார் மனிதனாய்! - அந்த
உன்னதர் யாவருக்கும் நன்மைகளைச் செய்து
உலகில் வாழ்ந்தார் புனிதனாய்!

ஊனம் உள்ளதாய்க் கண்டு அந்த
ஊராரைச் சந்திக்கச் சென்று! - அவர்களை
ஊக்குவித்து தன்னை உன்னதர் என்று
ஊர்ஜிதப் படுத்தினார் நின்று!

"

எளியக் கோலம் கேலிப் பண்ணியும்
எதுவும் பேசாமல் தொடர்ந்து! - இயேசு
எளியவரைக் குப்பையிலிருந்து உயர்த்தினார்
எல்லை இல்லாமல் நடந்து!

ஏனென்றுக் கேட்க எவரும் இல்லையே என்று
ஏங்கியதில்லை ஒரு போதும்! - சாப்பிட்டு
ஏப்பம் விட்டவனே எமனாய் வந்தும்
ஏற்றுக் கொண்டார் அப்போதும்!

ஐஸ்வர்யம் கொண்டிருந்த நண்பனே
ஐயனைக் காட்டிக் கொடுத்து! – ஆறு
ஐந்து வெள்ளிக்கு அவரை விற்றும்
ஐயன் பேசவில்லை தடுத்து!
ஒவ்வொரு சீடரும் யூதர்களைக் கண்டதும்
ஒதுங்கிச் சென்றனர் மெல்ல! - இயேசு
ஒருவராய் மட்டும் நிற்கையில் யூதர்கள்
ஒருசேரப் பிடித்தனர் கொல்ல!

ஓதிய வேதத்தில் ஊரை ஏமாற்றுவ
ஓட்டை இருப்பதாய்ச் சொல்லி! - இயேசுவை
ஓங்கிய சிலுவையில் ஏற்றினர் உயிர்
ஓட விட்டுக் கொல்லி!

ஔடதம் போல் மூன்றாம் நாள் தானே
ஔசித்தர் எழுந்து வந்தார்! - அனைவரையும்
ஔவரசனாக்க எண்ணில் அவர்
ஔவியமாய்க் காட்சித் தந்தார்!

103. வீட்டு ஜெபத்தின் முன்னுரை

வீட்டு ஜெபத்தில் வேண்டிக் கொள்ள
விரும்பி வந்த விசுவாசிகளே! - உலக
நாட்டுக்கேப் படி அளக்கும் உத்தமர் தருவார்
பெற்றுச் செல்லுங்கள் ஆசிகளை!

பாட்டுக்கள் பாடியதும் பரிசுத்தர் வார்த்தையை
ஊழியர் சொல்வார் கேளுங்கள்! - தலையை
ஆட்டும் பொம்பைப் போல் அல்லாமல்
அதனைக் கேட்டு வாழுங்கள்!

வாட்டும் துயரங்கள் வந்தால் உடனே
வானவரை நோக்கிக் கூப்பிடுங்கள்! -ஆயர்
கேட்டுத் தூயவர் மாற்றுவார் ஆயுளுக்கும்
அவரே உங்களுக்குக் காப்பீடுங்கள்!

நீட்டும் கரங்களைக் நேசர் கண்டால்
நிச்சயம் பரத்தில் சேர்ப்பார்! - ஊழியர்
ஊட்டும் வார்த்தையை மீறினால் ஜீவப்
புஸ்தகத்தின்படி நியாயம் தீர்ப்பார்!
ஏட்டில் எழுதியது எழுத்துக்கள் மட்டும்
அல்ல அதுவே இயேசு! - இதயக்
கூட்டிலிருப்பவர் அவரே என்றுணர்ந்தால்
கூட வராது மாசு!

பூட்டுகள் இருக்கவே கதவுகள் திறக்கும்
புனிதர் நாமத்தைச் சொன்னால்! - சுடுக்
காட்டில் புதைத்தப் பிணமும் லாசரைப் போல
எழுந்து வரும் தன்னால்!

104. பிரேதத்தை எழுப்பிய பிதா

அச்சடித்த உடனே எடுத்தக் காகிதம் போல
அனைவர் மனமும் வெள்ளையாக! - காரியத்தை
கச்சிதமாய் முடிக்க கால்நடை தொழுவத்தில்
பிறந்து
வந்தார் இயேசு பிள்ளையாக!

மச்சு மாளிகையில் பிறந்து வந்தால் ஏழை
எளியோர் ஏங்குவார் என்று! - அவர்
வச்சக்குறி மாறாமல் வந்தார் வையத்தை வழி
நடத்திச் செல்ல அன்று!

தச்சன் மகன் என்று தரணியோர் சொல்ல
வந்தார் அச்சப் படாமல்! - எதிலும்
சொச்சம் வைக்காமல் வந்த சோலியை முடித்துச்
சென்றார் மிச்சப் படாமல்!

கூச்சப்பட்டு குழம்பி நிற்காமல் கொண்டு
அந்த நற்செய்தியைச் சொல்ல! - ஏதிர்
நீச்சல் போட்டு நிந்தை அடைந்தார் நிலத்தோர்
அதனை ஏற்றுக் கொள்ள!

ஆச்சாரம் பாராமல் அனைவரும் அறிய அன்பாய்
அள்ளி வழங்கினார் சுவிசேஷத்தை! - அதனை
ஆச்சர்யப்பட்டு ஆர்வமாய் ஏற்றுக் கொண்டவர்
பெற்றுக் கொண்டார் அபிசேகத்தை!

மூச்சு சென்று மண்ணில் புதைத்தப் பிரேதத்தை
அழைத்தார் மீண்டும் வாழ! - அவர்
பேச்சைக் கேட்டு அந்தப் பிரேதம் உயிரோடு
எழுந்து வந்தது முன்போல!

105. இயேசுவைப் பற்றி ஒரு வார்த்தை

கல்லும் கரைந்து கனிரசமாய் மாறும்
கர்த்தர் நாமத்தைச் சொன்னால்! - நான்
சொல்வது உண்மை துதித்துப் பாருங்கள்
நீங்களும் சொல்வீர்கள் தன்னால்!

கல்யாண வீட்டில் கல்ஜாடி தண்ணீர்
கனிரசமாய் மாறவில்லையா?- அந்த
நல்லவர் இயேசு செய்ததை நீங்கள்
நற்செய்தியில் வாசிக்க வில்லையா!

வெள்ளம் வந்து வேரைப் பிடுங்கினால்
மரம் விழும் அதுபோல!- உலகில்
உள்ளோரைக் காக்க இயேசு இரத்தத்தைச்
சிந்தினார் புவியின் மேலே!

தாழ்ந்தவன் தாங்கள் வர வேண்டாம்
இங்கிருந்தே சொல்லுங்கள் என்றான்! - நோயில்
வீழ்ந்த வேலைக்காரன் எழுவான் என்றான்
வேலைக்காரன் எழுந்து நின்றான்!

இல்லாத நேரத்தில் இறந்துப்போனான்
இயேசுவின் நண்பன் லாசர்! - ஒரு
சொல்லாலே உயிர்க் கொடுத்து எழுப்பி
உலகிற்குக் காட்டினார் தாசர்!

இல்லம் தோறும் இருக்க வேண்டும்
இயேசுவின் சத்திய வேதம்! - பாவத்தைச்
சொல்லிப் பணிந்துத் துதிக்க வேண்டும்
நித்தம் அவர் பாதம்!

106. ஆதவன் ஜோதியாய்

ஆயிரம் கோடி ஸ்தோத்திரம் சொன்னாலும்
ஆண்டவருக்கு அது போதாது! - பல
ஆயிரம் முறை ஜெபித்தாலும் அது அவர்
ஆசீர் வாத்திற்கு ஈடாகாது!

ஆவது எல்லாம் அவரால் தான் என்று
ஆணித் தரமாய்த் தெரிந்தது! - என்
ஆவலைத் தீர்க்கி என்னில் அவர்
ஆவியாய் இருப்பதுப் புரிந்தது!

ஆகாமல் போனதை அகிலமே வியக்க
ஆக்கி முடித்தவராச்சே! – நான்
ஆவியையத் துறந்தாலும் அகிலத்தில் வாழ
ஆயுளைத் தருபவராச்சே!

ஆராய்ந்து அவரைப் போல படைத்து
ஆதிக்கம் செலுத்தும் தேவன்! - அதனால்
ஆற்றிவை நமக்குக் கொடுத்தார் உலகை
ஆளுங்கள் என்று ஜீவன்!

ஆடம்பரம் இல்லாமல் அனாதைப் போல்
ஆநிரையில் பிறந்து வந்து! - எல்லா
ஆடவர் மகளிரையும் இரட்சித்தார் பிதா
ஆணைப்படி ஜீவனையேத் தந்து!

ஆண்டவரை ஒருவர் அன்றாடம் துதித்து
ஆயுளுக்கும் வாழ்ந்தால் நீதியாய்! - அவர்
ஆண்டியாய் இருந்தாலும் காட்சித் தருவார்

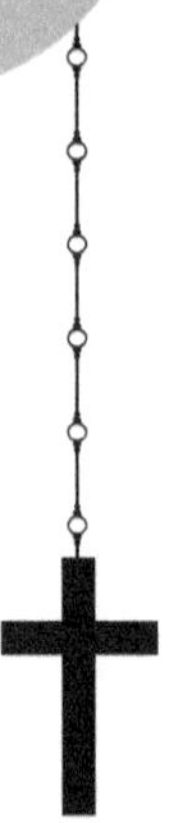

107. கறந்தபால் மடியேறும்

கறந்த பால் மடி யேறுமா என்றான்
ஒருவன் ஏறாத என்றான்! - இயேசு
இறந்து உயிரோடு எழுந்து வந்தாரே
அது எப்படி என்றான்!

பிறர் பாவத்தைப் போக்க பூமிக்கு
வந்தது அவர் ஜீவன்! - நம்மோடு
உறவுக் கொள்ள உருவில் மனிதனாய்
வந்தார் அந்த தேவன்!

பாரேப் போற்ற வேறே தேவன்
நேரே வந்ததா இப்படி? - நீங்கள்
ஊரேக் கூடி நூறேச் சொன்னாலும்
யாருமேக் கிடையாது அப்படி!

இரத்தம் சிந்தி இறுதி வரைப் போராடிய
இன்னொரு தேவன் உண்டா? - இயேசு
பரமனைப் போல வேறொரு தேவன்
பாரினில் இருந்தால் கொண்டா!

கூறும் நாமத்திலே கொண்டுள்ளது
கோ மகனின் மகிமை! - இந்தப்
பாருக்குள்ளே இன்னும் பலருக்குத்
தெரியவில்லை அவர் வாய்மை!

வரம் தரும் தேவனால் மட்டுமே
வழி வகுக்க முடியும்! - அவரைச்
சிரம் தாழ்த்தி வணங்கினால்
அந்தச் செயல் நமக்கும் கீழ்ப்படியும்!

108. யூதாஸின் கதை முடிவு

அரும் பெறும் பாக்கியத்தை யூதாசுக்கு
ஆண்டவர் அள்ளிக் கொடுத்தார்! - இனி
சிறு தவறு என்பதை எந்நாளும்
செய்யாதே என்றுத் தடுத்தார்!

குருவே என்றுக் கூப்பிட்டுக் கொண்டேக்
கொல்ல வலை வீசினான்! - பின்னால்
பெருந்துயர் வரும் என்றுத் தெரியாமல்
துணிந்து விலைப் பேசினான்!

இருந்தவரை இனிய நண்பனா யிருந்து
இறுதியில் மாறினான் யூதாசு! - அன்றைய
பெருந்தொகையாய் எண்ணிப் பேரம் பேசி
கேட்டான் முப்பது காசு!

திருமகன் இயேசு யூதர்களால் படுந்துயரை
தானேக் கண்டு அறிந்து! - யூதாசு
பெருந்தொகையாய் வாங்கியதை அரசனிடம்
ஒப்படைத்தான் வீசி எறிந்து!

ஒருவரும் படாத உபத்திரவத்தைப் பார்த்து
யூதாசு உள்ளம் உருகி! - இனி
இருப்பதை விட இறப்பதே மேலென்று
சாகத் தேடினான் கருவி!

தெருவில் போவோர் தூசனமாய்ப் பேசுவதை
யூதாசு காதில் வாங்கினான்! - இனியும்
இருக்கக் கூடா தென்று மரத்தில்
தூக்குப் போட்டுத் தொங்கினான்!

109. நெஞ்சில் வாழும் நேசர்

இருக்கும் நாளை இன்பமாய்க் கழிக்க
இயேசுவை மட்டும் துதிங்க! - அவரை
மறக்காமல் அன்றாடம் ததித்தால் மாறிப்
போகும் தலை விதிங்க!

பேருக்குப் பிரார்த்தனைச் செய்தால் போதாது
பிதாவின் நாமத்தைச் சொல்லுங்க! - உலகில்
யாருக்கும் கிடைக்காப் பாக்கியம் கிடைக்கும்
யெகோவாவை ஏற்றுக் கொள்ளுங்க!

வேருக்குப் பாயும் தண்ணீரைப் போல
வேதத்தை வாசித்தால் வருவாருங்க! - பெரும்
போருக்குப் போய் வந்தவனுக்குப் போல
பொக்கிசமாய் எதையும் தருவாருங்க!

பாருக்குள் பரிசுத்தரைப் போல இதுவரை
யாரும் பார்த்ததுக் கிடையாதுங்க! - இனி
நேருக்கு நேர் அவரை மாம்சத்தில்
யாரும் பார்க்க முடியாதுங்க!

ஊருக்கு ஒருவர் உபதேசம் பண்ணினால்
உண்மை தேவனை அறியலாங்க! - திரு
நீருக்கு இல்லாத சக்தியைக் கொண்ட
தேவனை நன்குப் புரியலாங்க!

சேறுக்குள் கிடந்தோரைத் தேற்றி எடுத்து
சிறப்பித்துப் போன தேவனுங்க! - நினைத்துப்
பாருங்கள் நம் எல்லோர் நெஞ்சிலும்
வாழ்கிறது அவர் ஜீவனுங்க!

110. பெரும்பாடு நீங்கிய ஸ்திரி

மண்ணில் மலர்ந்த மங்கையருக் கெல்லாம்
மாதவிடாய் நலம் தரும்! - அதுவே
பன்னிரெண்டு வருடம் பெரும்பாடாய்ப் போனால்
அதனால் பெலவீனம் வரும்!

பண்ணைக்கதிபதி பெண் ஒருத்தி அதனால்
பெரும் அவதிப்பட்டாள்! - அந்த
அன்னைக்கு இருந்த ஆஸ்தி யெல்லாம் விற்று
அதனால் ஏழையாகி விட்டாள்!
கண்ணீர்ச் சிந்தி கடந்துச் சென்றாள்
கால்கள் போன வழியே! - அப்போது
சின்னவன் ஒருவன் வந்துச் சொன்னான்
இயேசுவின் வாய் மொழியை!

அன்பர் இயேசுவை அறியேன் எனக்கு
அடையாளம் தெரியாது என்றாள்! - அவருக்குப்
பின்னால் ஆயிரம் பேர் வருவார் என்றதும்
உடனேப் புரிந்துக் கொண்டாள்!

முன்னவர் மேலாடையை பின்னால் போய்
தொட்டாள் அந்தப் பேதை! - இயேசு
மன்னவர் யாரது என் ஆடையைத் தொட்டது
என்றார் அந்த மாதை!

கொண்டத் துயரைக் கொட்டி அழுது
கோ மகன் முன்னே நின்றாள்! - விசுவாசம்
கண்டு இயேசு இரட்சித்தார் வியாதித்
தீர்ந்து சந்தோசமாய்ச் சென்றாள்!

111. தினம் அருள் புரியும் தேவன்

பாதம் இரண்டையும் பூமியில் பதித்து
பாவம் போக்க வந்தீர்! - இயேசு
நாதன் நானே தேவன் என்று
நானிலத்தில் காட்சித் தந்தீர்!

வேதத்தை விசுவாசமாய் வாசிப்போருக்கு
வெற்றியைத் தருகிறீர் எதிலும்! - வீண்
வாதம் செய்வோருக்கு வேறு விதமாய்
அளித்து வருகிறீர் பதிலும்!

ஓதாதப் பாவியர் உள்ளத்திலிருந்தும்
உலகில் வழி நடத்தி! - அதுவும்
போதாதென்றுப் பாதுகாக்கிறீர் கெடுக்க
வரும் பிசாசைத் துரத்தி!

சேதம் என்றுச் சிரம் தாழ்த்துவோருக்கு
செய்து வருகிறீர் உதவி! - உம்
பாதம் பணிந்துக் கொண்டேயிருப்பவருக்குத்
தருகிறீர் உயர் பதவி!

தாதாவாய் இருந்தவரும் தலைக் குணிந்து
வந்தால் பிள்ளை என்கிறீர்! - அவர்கள்
காத வழியிலிருந்து துதித்தாலும் அதனைக்
கடைக் கண்ணால் காண்கிறீர்!

சூதனம் இல்லாமல் துதிப்போருக்கு சூரிய
ஒளியைப் போலத் தெரிகிறீர்! - இயேசு
நாதனே தேவன் என்றுத் துதிப்போருக்கு
என்றும் அருள் புரிகிறீர்!

112. ஒளியாய்த் தெரிந்தது வழி

நேற்று வரையில் நேர்த்தியாய்க் காப்பாற்றிய
நேசகுமாரனே உமக்கு ஸ்தோத்திரம்! - உம்
நேர்த்தியைக் காண நேரில் வருகிறேன்
நேர் வழியைக் காட்டுங்கள் சீக்கிரம்!

பழையப் பாவங்களை உலையில் போட்டு
தொலைத்து விட்டேன் தேவா! - இன்று
களைத்துப் போய் அலைப்பாயும் என்
நிலையைப் பாருங்கள் ஜீவா!

நெஞ்சில் இருப்பவரே கெஞ்சிக் கேட்கிறேன்
கொஞ்சம் கரத்தை நீட்டுங்க! - உம்மைத்
தஞ்சம் அடைந்தால் பஞ்சம் யாவையும்
வஞ்சனை இல்லாமல் ஓட்டுங்க!

அளவு இல்லாமல் பலருக்கு இரங்கினீர்
இளகிய மனம் கொண்டு! - பூமியில்
உழவனின் மகனாய் வளர்ந்து வந்து
உலகோருக்குச் செய்தீர் தொண்டு!

இறைவன் என்ற முறைமையைச் சொல்லாமல்
குறையைப் போக்கினீர் மண்ணில்! - இந்த
தரையில் உள்ளோருக்கு நிறைவைத் தந்து
விரைந்துச் சென்றீர் விண்ணில்!

ஒளியைப் போல வழித் தெரிகிறது
விழித்துப் பார்க்கிறேன் உம்மை! - ஸ்தோத்திர
பலிச் செலுத்துகிறேன் நலியைத் தீர்க்க
களிக் கூர்ந்து அழையுங்கள் எம்மை!

113. இனியாவது என்னைத் துதி

மண்ணை எடுத்து மனிதனாய்ப் படைத்து
மகனே என்றேன் உன்னை! - கடைக்
கண்ணால் கூட கண்டுக் கொள்ள
வில்லை நீ என்னை!

பொன், பொருளை பொக்கிசமாய்த் தந்தவரை
போற்ற மறந்துப் போனாய்! - சிலுவை
தன்னில் ஜீவனைக் கொடுத்தவரைத் துதிக்காமல்
பாவி மனிதன் ஆனாய்!

அன்னை வயிற்றில் கருவாய்த் தரிக்க
ஆவியைக் கொடுத்தேன் நான்! - நீ
என்னை மறந்து எழிலாய் இருக்கும்
சிலையை வணங்குவது வீண்!

விண்ணிலிருந்து வேண்டியதை யெல்லாம்
தரும் தேவனைத் தெரிந்திருக்க! - நீ
உன்னை மறந்து உலகோரைப் போல் வணங்கலாமா
உருவச் சிலையை அருவருக்க!
எண்ணியதுப் போல நடப்பாய் என்று
ஜீவனைக் கொடுத்தேன் நடமாட! - அந்த
கண்ணியத்தைக் காக்க மறந்துப் போய்
கற்சிலையை வணங்குகிறாயே அட போடா!

இன்றோடு அவைகளை எல்லாம் மறந்து
இனியாவது என்னைத் துதி! - மனிதனாய்க்
கண்டவருக்கு மட்டும் மண்டியிட்டால்
மாறும் உன் தலைவிதி!

114. வாக்கு மாறாத தேவன்

பாரில் இயேசுவைப் போல் பிறந்து
பரிசுத்தராய் வாழ்ந்தவரும் இல்லை! - அவர்
பேரில் உள்ள மகிமையைப் போல்
வாரி வழங்கியவரும் இல்லை!

தேறித் தெளிவு அடைய நாமத்தைக்
கூறி அழைத்தார் பாவியை! – பாவத்தில்
ஊறிக் கிடந்தவர் உத்தமனாய் மாறிப்
பூரிக்க அளித்தார் பரிசுத்த ஆவியை!

தேரில் செல்லாமல் நடந்தேப் பல
ஊரில் சுவிசேஷத்தைப் போதித்தார்! - அவர்
யாரிடமும் யோசனைக் கேட்காமல் தானே
நேரில் சொல்லிச் சாதித்தார்!

மாரி காலத்து மழை நீர்
ஏரியை வந்து நிரப்புவதுப் போல! - இயேசு
கிறிஸ்துவின் மகிமை எங்கும் பரவியது
சேரி முதல் தேச அளவிலே!

மரியாள் பெற்ற மகனின் உடலை
வாரினால் அடித்து வதைத்தனர்! - மன்னன்
கோறிக்கையை நிறை வேற்ற சிலுவையில் கொன்று
காரித் துப்பிப் புதைத்தனர்!
காரிருள் மேகம் களைந்ததும் தெரியும்
சூரியனின் ஒளியைப் போல! - பூலோகமேப்
பேரின்னம் அடைய உயிர்த்து வாக்கு
மாறிடாமல் நின்றார் அதுபோல!

115. நன்றிச் சொல்வோம் நால்வருக்கு

மத்தேயு மார்க் லூக்கா, யோவான்
மகாதேவனை நேரில் கண்டார்கள்! - அந்த
நித்திய பிதாவுக்கு நண்பர்களாய் இருந்து
கிருபையைப் பெற்றுக் கொண்டார்கள்!

சத்தியம் தவறாத உத்தமர் இயேசுவின்
சரித்திரத்தை எழுதிப் படைத்தார்கள்! - அந்த
உத்தமரை உலகிற்கு அறிமுகப்படுத்தி
சிந்தும் கண்ணீரைத் துடைத்தார்கள்!

மெத்த மனம் கொண்டதால் நால்வரும்
ஒரேமாதிரி எழுத முடிந்தது! - தன்னைத்
தத்தம் செய்த தேவனின் சரித்திரம்
தரணியோர் மனதில் படிந்தது!

உத்தமர் இயேசு உருவாகி வந்தது
உலகம் காணா அற்புதம்! - அவர்
செத்த மூன்றாம்நாள் உயிர்த்து எழுந்தது
அதனினும் அதி அற்புதம்!

இத்தனைப் பெரிய இறைவன் சரித்திரத்தை
நால்வரும் உலகிற்குக் காட்டினர்! - உலகின்
மொத்தத் தேவன்களில் இயேசுவே மெய்யான
தேவன் என்று நிருபித்து ஊட்டினர்!

நாத்திகனை நம்ப வைக்க இயேசு
நானிலத்தில் வந்தார் தோன்றி! - அந்த
நல்ல தேவனை நமக்குக் காட்டிய
நால்வருக்கும் சொல்வோம் நன்றி!

116. அந்தி கிறிஸ்து செய்கை

அந்தி கிறிஸ்து வந்து நம்
சிந்தையைக் களைப்பான் ஜாக்கிரதை! - இயேசு
வந்த மாதிரி வந்து ஏமாற்றிச்
செய்வான் நம்மை சித்திரவதை!

வந்ததும் வசிகரமாய்ப் பேசுவான் அது
நமக்கு விரிக்கும் வலை! - நம்
சொந்த இரட்சகர் நம்மில் இருந்தால்
சுருட்டிக் கொள்வான் வாலை!

தங்கம் போல ஜொலிக்கும் இயேசுவை
தலைமறைவாக்கி வருவான்! - நம்
அங்கத்தின் உள்ளே வாசம் பண்ணி
அல்லல் யாவையும் தருவான்!

எந்தப் புதுமையையும் இயேசுக்கு மேலே
எளிதாய்ச் செய்வான் அது மாயை! - சின்னச்
சந்துக் கிடைத்தால் கனியாவும் மாற்றுவான்
சரியாய் விளையாதக் காயை!

தந்திரமாய்ப் பேசி நானே தூயவர்
இயேசு என்பான் தன்னை! - தன்
மந்திரச் சக்தியால் முழுமையாய் மறைத்து
விடுவான் நம் கண்ணை!

இந்த மாதிரி இறைவேசம் போட்டு
வருபவனே அந்தி கிறிஸ்து! - ஜீவனைத்
தந்து நம்மை மீட்டு எடுத்தவரே
இறைவன் இயேசு கிறிஸ்து!

117. உலகம் உள்ள வரையில்

கடலும் கூட நடக்க உமக்கு
கட்டாந் தரையாய்க் காட்டியது! - யாரையும்
கெட விடக் கூடா தென்று
உம் செய்கை ஊட்டியது!

முடவர் நட மாட மண்ணில்
மகிமைச் செய்தீர் தேவா! - அதனால்
குடம் குடமாய் தடம் முழுவதும்
குருதிக் கொட்டியது ஜீவா!

தொடக் கூட இடம் இல்லாமல்
காயத்தால் கட்டைச் சாய்ந்தது! - உம்
உடல் புடம் போடப் பட்ட
பவுனாய் துயரில் தோய்ந்தது!

சாடச் சாடத் திடன் கொண்டு,
சம்மதித்துச் சென்றீர் மகிழ்வோடு! - யூதர்கள்
விடாமல் ஓட ஓட விரட்டியும்
உருகுலைந்துச் சென்றீர் அழுகை யோடு!

அடா போடா வாடா என்று
அவமானமாய்ப் பேசி அடித்து! - சிலுவையில்
உடனே தடாப் புடா வென்று
ஏற்றினர் கதையை முடித்து!

கடவுள் உடலை அடக்கம் பண்ணி
காவல் வைத்தனர் கல்லறையில்! - உயிர்த்து
தொடக்கம் முடிவு நானே என்றீர் நிலைக்க
உலகம் உள்ள வரையில்!

118. பெதஸ்தா குளத்தில் பிதாவின் அற்புதம்

முப்பது எட்டு வருடமாய் முடக்குவாதத்தால்
ஒருவன் மனம் உடைந்து! - நடக்காமல்
அப்படியேக் கிடந்தான் பெதஸ்தா குளத்தங்
கரையில் துயர் அடைந்து!

எப்பவோ ஒருமுறை தேவதூதர் குளத்தைக்
கலக்கி விட்டுப் போவார்! - உடனே
கப்புன்னு கால்கள் உள்ளவர் குளத்தில்
இறங்கி சுகம் ஆவார்!

பப்பாளிப் பழம் போன்ற பையன் முதுமை
நிலை அடைந்ததைக் கண்டு! - தன்
தப்புக்கு ஏற்றத் தண்டனையாய் எண்ணினான்
மனம் நொந்துக் கொண்டு!

சப்பிட்டு மிகுந்த சங்கடப் பட்டு
அழுவான் குளத்தங் கரையிலே! - மனம்
ஒப்பாமல் இன்னும் சாகவில்லையே என்றும்
சமயத்தில் புரளுவான் தரையிலே!

அப்போது ஆண்டவர் இயேசு அவன்
கண் எதிரே வந்து! - நீ
இப்போதேப் படுக்கையை எடுத்துக் கொண்டு
போவென்றார் சுகம் தந்து!

துப்புறவுச் செய்ய வந்த தூயவரே
என்று இயேசுவைத் துதித்து! - அவன்
அப்பவே அதி வேகமாய் ஓடினான்
கால்களை விஸ்தரித்து வைத்து!

119. இறுதியில் மாறினர் இரண்டு சீடர்கள்

ஜாலியாய் சீடர்கள் இயேசுவுக்கு அன்பான நண்பர்களாய் இருந்தனர் முதலில்! - வெள்ளாடு வேலியைத் தாண்டியதுப் போல இருவர் பொய்யனாய் மாறினர் முடிவில்!

போலியால் வாழும் பூலோகத்தாரை இயேசு புதுமையால் இரட்சித்து மீட்டார்! - அவரை ஊழியராய் ஏற்றவர் ஒவ்வொரு செயலுக்கும் அவரிடம் உத்தரவுக் கேட்டார்!

ஆழியின் அற்புதத்தை அறிந்தம் இருவர் ஆண்டவரை அலட்சியம் பண்ணினர்! - எந்த மூலிகையும் இல்லாமல் முடவரை நடக்க வைக்கிறாரே என்றும் எண்ணினர்!

கோழிக் கூவும் முன் என்னைப் பேதுரு மூன்று முறை மறுதலிப்பான் என்றார்! - ஒரு நாழி அதை யோசிக்காமல் பேதுரு இயேசுவை எனக்குத் தெரியாது என்றார்!

கூலிக் கொடுத்ததால் கூடவே இருந்த யூதாசு காட்டிக் கொடுத்தான்! - உலகமே வாழி என்று வாழ்த்தி வணங்கும் வானவர் இயேசுவின் உயிரை எடுத்தான்!

சோலியை முடித்தும் சுயமாய் எழுந்தவரால் நம்மை சுத்திகரித்துக் கொள்வோமா? - நாம் காலி ஆகும் வரை அவர் நாமத்தைச் சொல்லிக் கொண்டே வாழ்வோமா!

120. ஏற்றத் தாழ்வு

ஆற்றும் பணியை அடையும் முன்னே
அவர் நாமத்தைச் சொல்லுங்க! - உங்களில்
வீற்றிருப்பவர் விடி வெள்ளியாய் வருவார்
எங்கும் துணிந்துச் செல்லுங்க!

நாற்றம் எடுத்து நான்கு நாளான
லாசரை எழுப்பிய தேவன்! - உங்களையும்
தேற்றி எடுக்க உங்கள் தேகத்தில்
இருப்பது அவர் ஜீவன்!
சேற்றில் கிடந்து சின்னாப் பின்னம்
ஆனவரை சீயோனுக்கு அழைக்க! - உலகைத்
தோற்று வித்தவர் தூய மனிதனாய் வந்தார்
பூமியில் பெயர் நிலைக்க!

சீற்றங் கொண்டு சிரசைக் கொய்தோரையும்
மன்னித்தார் சிலுவையில் நின்று! - அவர்
ஆற்றியப் பணியை ஆராய்ந்து ஆமோதித்தனர்
அவரே ஆண்டவர் என்று!

வேற்றுமைப் பாராதவர் வார்த்தையை வேத
புஸ்தகத்தின் உள்ளேப் பாருங்க! - பாவியரை
மாற்றிப் பரிசுத்தமாகியதைப் படித்து அதை
பிறருக்கு எடுத்துக் கூறுங்க!

121. சர்வேசுவரனின் நாமம் சலிக்காது

ஞானம், புத்தி, அறிவு வார்த்தையை
சாலமோன் ராஜாவுக்குத் தந்ததைப் போல! - நான்
தானம், தர்மம் செய்யக் கிருபையை
எனக்கும் தாரும் அதுபோல!

தேனும், பாலும் ஆறாய் ஓடும்
தேசத்தில் இஸ்ரேலர் குடியேற! - அவர்களை
கானான் நகருக்குப் போகச் சொன்னீர்
தினம் உண்டுப் பசியாற!

பானமாய்க் கொடுத்தீர் பச்சத் தண்ணீரை
கானாவூர் கல்யாண வீட்டில்! - உலகம்
காணா அந்த அற்புதத்தை வாசித்தேன்
உம் வேத ஏட்டில்!

யோனா மீனின் வயிற்றிலிருந்து
உயிரோடு வந்ததைக் கண்டு! - மனம்
கோணாமல் தருவீர் என்றுக் கேட்கிறேன்
என்மீது இரக்கங் கொண்டு!

துணாயிருந்த துன்பம் துயரத்தை
தாசியாய்த் துடைத்துப் போட்டீர்! - நான்
வீணாய்ப் போகாமல் விண்ணிலிருந்து
என்னை ஆசிர்வதித்து விட்டீர்!

வானம் பூமி ஒழிந்துப் போகும்
உம் வார்த்தை அழியாது! - உம்
கானத்தைக் கேட்டால் மீண்டும் கேட்கத்
தூண்டும் ஒருபோதும் சலியாது!

122. தேவாலயத்தில் தெரிந்தது தேவனை

நடமாட முடியாத முடமான மகனோடு
பெற்றோர் ஆலயத்தில் நின்றனர்! - யாரும்
கெட கூடா தென்றுசீடர் பேதுருவும்
யோவானும் அங்கேச் சென்றனர்!

கூச்சப் படாமல் பிச்சைக் கேட்டு
நச்சுப் படுத்தினார் முடவர்! - அனைவரும்
ஆச்சர்யப்பட தங்கள் லட்சியம் நிறைவேற
கச்சிதமாய்க் கூறினர் சீடர்!

பொன்னும் வெள்ளியும் என்னிடம் இல்லை
உனக்கு எடுத்துக் கொடுக்க! - இந்த
மண்ணில் வந்த நசரேயன் நாமத்தைச்
சொல்கிறேன் சுகம் கிடைக்க!

வலது கரத்தினால் பெலவீணனைத் தூக்கினார்
ஆலய வாசலில் நின்று! - உடனே
அழகாய் எழுந்து அளவில்லா மகிழ்ச்சியோடு
உலாவினான் ஓடிச் சென்று!

காலம் மாறியதால் கோலமும் மாறி
வலம் வந்ததைக் கண்டனர்! - நடந்து
ஆலயத்தைச் சுற்றுவதால் பல விதமாய்
பலரும் பேசிக் கொண்டனர்!

மாசு நீக்கிய நசரேயனைப் புகழ்ந்துப்
பேசியது ஆலய வளாகமே! - கண்
கூசும் ஒளியானவர் ஆசிர்வாதம் யாவையும்
வாசிக்கிறது இன்று உலகமே!

123. மனதாரத் துதியுங்கள் மகாதேவனை

மூன்று நாமம் கொண்டு உள்ளதால் இயேசுவை
மூவொரு தேவன் என்று அழைக்கிறார்கள்! - அவரை
வேண்டி விரும்பி விசுவாசம் கொண்டு வணங்குவோர்
வேதனை ஏதும் இன்றிப் பிழைக்கிறார்கள்!

கண்டு விசுவாசிப்போரை விட காணாமல்
விசுவாசிப்போர்
கண்ணான என் பிள்ளை என்று! - அவர்களுக்குத்
தொண்டு ஊழியம் செய்து தொடர்ந்துக் கூடவே
இருக்கிறார் வழி நடத்திச் சென்று!

இன்று இப்போதே இறைவா என்று இயேசுவின்
இனிய நாமத்தைச் சொல்லுங்கள் தெரியும்! - லூக்கா
ஒன்று முப்பத்தேழில் தேவனால் கூடாதக்காரியம்
ஒன்றும் இல்லை என்பது புரியும்!

வண்டுப் போல வட்ட மிட்டுப் பறந்து
வந்து விடுவார் நம் இடத்திற்கு! - நாம்
பெண்டுப் பிள்ளேகளோடுச் சேர்ந்தப் பரிசுத்தமாய்ப்
போக வேண்டும் அவர் தடத்திற்கு!

தூண்டுதல் இன்றித் துவண்டு இருக்கும் ஜனங்களே
தூயவர் நாமத்தைப் போற்றி நேசியுங்கள்! - ஞானத்தைக்
கொண்டு உள்ளது நீதமொழி இருபத்து எட்டு
இருப்பத்து ஐந்தை எடுத்து வாசியுங்கள்!
உண்டு சுவைத்து உயிர் வாழ தினம் எல்லா
ஜீவன்களுக்கும் படி அளக்கும் தேவன்! - அவரை
மண்டிப் போட்டு மனதாரத் துதித்து மகிழச்
செய்ய வேண்டும் மனிதனின் ஜீவன்!

124. அமைதி எங்கே?

சமாதான பிரபு சாதனையை அறிய
சத்தியத்தை வாசியுங்கள் தெரியும்! - அந்த
இமானுயேல் இயேசு உலகைப் படைத்த
இறைவன் என்பதும் புரியும்!

தமக்குரிய அனைத்தையும் தந்து நம்மைத்
தாங்க வந்தார் தரணிக்கு! - எல்லோருக்கும்
சமமாய்ப் படி அளந்து அதைப் பார்க்க
மனிதனாய் வந்தார் பரணிக்கு!

இமயமாய் உள்ளவர் ஏழையாய் வாழ்ந்தார்
எளியக் கோலம் கொண்டு! - எல்லாச்
சமய மக்களும் ஏகமாய்த் தன்னைத்
துதிக்கச் செய்தார் தொண்டு!

சாமர்த்தியமாய்ப் பேசி சாத்தான் யாரையும்
சாக அடித்தாலும் கூட! -அந்த
எமனுக்கே நான் இறைவன் என்று இயேசு
எழுப்பி விடுவார் உயிரோட!

சீமான்கள் பலர் சேர்ந்துக் கொன்றனர்
இயேசுவை சிலுவையில் ஏற்றி! - அந்தக்
கோமகன் உயிர்த்ததால் இன்று உலக்கே
கொண்டாடுகிறது அவரைப் பரைச் சாற்றி!

நாமத்தைச் சொல்லி நாதனை அழைத்தால்
எல்லாமே நல்லதாய் நடக்கும்! - முடிவில்
ஆமென் என்று அவர் பாதம் பணிந்தால்
வாழ்வில் நிம்மதிக் கிடைக்கும்!

125. நேற்று இன்று நாளை

எல்லோருக்கும் நல்லதையே எப்போதும் தருபவர்
இயேசு கிறிஸ்து மட்டுமே! - தன்னைக்
கொல்வோருக்கும் நல்லதைச் செய்ததாய் வேறொரு
தேவன் இருந்தால் காட்டுமே!

கல்லும் முள்ளும் குத்த இயேசு
நடந்தார் பல ஊருக்கு! - வாய்ச்
சொல்லால் வல்லமைச் செய்து வழிக்
காட்டினார் பல பேருக்கு!

உள்ளத்தில் உள்ளதை உதட்டின் வழியாய்
உபதேசம் பண்ணினார் தொழிலாய்! - அந்த
எல்லாம் வல்ல இயேசுவால் எல்லோரும்
இன்று வாழ்கிறார்கள் எழிலாய்!

தில்லு முல்லு செய்வோர் திருந்த
தேசம் எங்கும் போனார்! - தான்
சொல்லும் சொல்லால் சோகம் நீக்கும்
சுவிகாரப் பிள்ளை ஆனார்!

126. சாமி முகத்தைக் காமி

மூன்று நாமத்திலும் மகிமைக் கொண்ட
முன்னவரே இயேசப்பா! - உம்
மூச்சுக் காற்று என்னில் இருக்கும்வரை
என்னோடுப் பேசப்பா!

ஈன்று எடுத்தவள் காணும் முன்னே
என்னை முதலில் கண்டவரே! - நல்ல
ஈவுதைச் சொல்ல என்னை உந்தன்
பிள்ளையாய் ஏற்றுக் கொண்டவரே!

தோன்றும் ஆசையை சொன்னதும் கொடுக்க
தேகத்தில் வாசம் செய்பவரே! - என்
தூயாதி தூயவரே தொடர்ந்து எனக்கு
அருள் மழைப் பெய்பவரே!

ஆண்டுகள் ஆயிரம் கோடி ஆனாலும்
அழியாமல் என்றும் இருப்பவரே! -உமக்கு
ஆகாதக் காரியம் செய்தால் இந்த
அடியேனை மன்னித்துப் பொறுப்பவரே!

ஊன்றுக் கோலாய் உயிர் உள்ளவரை
உதவும் இயேசு சாமி! - உம்மை
உற்றுப் பார்க்க ஒருமுறை எனக்கு
உம் முகத்தைக் காமி!

127. நாளை இருப்போர் துதிப்பார்

இறந்தும் உம்மைத் துதிக்கும் வரம்
இன்றேத் தாரும் ஆண்டவரே! - உயிரோடு
இருந்த நாளில் என்னை உந்தன்
இனிய மகனாய்க் கொண்டவரே!

இரக்கும் என்ற உந்தன் ஐஸ்வர்யத்தை
இலவசமாய் எனக்குத் தந்து! - அதனை
இரவும் பகலும் தியானிக்க என்னில்
இருக்கிறீர் ஜீவனாய் வந்து!

இருதயப் பலகையில் எழுதி வைத்து
இன்றுவரை வாசிக்கிறேன் இறைவா! - எந்த
இன்னலும் இல்லாமல் எனதுக் குடும்பம்
இயங்கி வருகிறது நிறைவா!

இறந்தவரை எழுப்பிய மகிமையைக் கண்டவர்
இயேசுவே என்றுத் துதிக்கிறார்கள்! - நாம்
இறந்தாலும் பிழைப்போம் என்று உம்
இல்லத்தில் கால் பதிக்கிறார்கள்!

இரக்கம் அற்றவரும் உம்மைக்காண
இரங்கி வருகிறார் தேடி! - இனி
இரவல் தேவனை வணங்கேன் என்று உம்
இனிய நாமத்தைப் பாடி!

இறந்து மூன்றாம் நாள் உயிர்த்தவர்
இயேசு ஒருவரே என்று! - நாளை
இருப்போர் எல்லாம் உம்மைத் துதிப்பார்
இறைவனாய் ஏற்றுக் கொண்டு!

128. கௌரவப் படுத்திப் பேசு, கர்த்தரை

கண்ணியின் வயிற்றில் கருவாய்த் தரித்து
கண்டுக் கொள்ள வந்து! உலகில்
காண்பதை யெல்லாம் கைக் கொள்ள
காட்டினார் கிருபையைத் தந்து!

கிழக்கேயும் மேற்கேயும் தெரிவிக்கச் சென்றார்
கிறிஸ்துவே தேவன் என்று! -அவர்
கீர்த்தியும் புகழ்ச்சியும் கண்டு மக்கள்
கீதம் பாடினர் நின்று!

குறைகள் யாவும் நீங்கத் தன்னைக்
கும்பிடச் சொல்லிச் சென்றார்! - என்னைக்
கூசாமல் வந்துக் கூப்பிடும் குரலுக்கு
கூடுதலாய்த் தருவேன் என்றார்!

கை யெடுத்துக் கும்பிட்டால் கிடைக்கும்
கை மேல் பலன்- ஜீவனைக்
கொடுத்தவரேக் கொல்வார் என்பதைப்புரிந்தக்
கொண்டால் புரியும் புலன்!

கோவிலாய் எண்ணி நம்மில் குடிக்கொண்டவரே
கோ மகன் இயேசு! - மண்ணில்
கௌரவம் பாராமல் கால்நடையில் பிறந்தவரை
கௌரவப் படுத்திப் பேசு!

129. ஆயிரம் ஆயிரம் தலைமுறைக்கு

அழுதால் குழந்தையை அள்ளி எடுத்து
அழுது ஊட்டுவாள் அம்மா! - ஆண்டவரை
தொழுதால் அதுக்கு மேலே அவர்
அனைத்தும் தருவார் சும்மா!

பொழுதுப் புலரும் முன்னே பூமிக்கு
வந்த புனிதரைப் போற்று! -வாஞ்சித்து
வாழும்வரை வணங்கினால் வாசலுக்கே
வரும் வற்றாத நீரூற்று!

பழுது இல்லாதப் பரிசுத்தர் வார்த்தையை
பாமரருக்குப் படித்துக் காட்டு! - நீ
தொழும் தேவனுக்கு அதுவே நீ
தரும் அறுசுவைக் கூட்டு!

புழுவாய்த் துடிக்கும் பூலோக மாந்தர்
பாவத்தைக் கேட்டுக் கொள்ளு! - அதை
மெழுகாய் உருகிப் போன மெய்யான
தேவனிடம் எடுத்துச் சொல்லு!

கழுகு தன் குஞ்சைக் காப்பது போல
கர்த்தர் வந்து காப்பார்! - ஆலம்
விழுதுகள் மரத்தைத் தாங்குவது போல
வந்து உடனே மீட்பார்!

முழுவதும் சொல்லி முழங்கால் போட்டால்
முடைகள் யாவும் நீங்கும்! - மன
அழுத்தம் நீங்கி ஆயிரம் ஆயிரம்
தலைமுறைக்கு வாழ்வு ஓங்கும்!

130. துதித்து நடத்துங்கள் நாளை

உங்களுடைய உயிர் எங்கள்
உடலில் இருக்கும் வரை! - உங்களையே
எங்களுடைய குடும்பம் துதிக்கும்
மண்ணுக்குப் போகும்வரை!

அங்கம் அசைந்து நடமாட நாசியில்
ஊதிக் கொடுத்தீர் ஜீவனை! - வேறு
எங்கும் இப்படிக் கேட்டதுக் கூட இல்லை
உலகில் வேறொரு தேவனை!

நீங்கள் குறைவை நிறைவுச் செய்ய
நிலமிதில் வந்தீர் மனிதனாய்! - அனைவரும்
உங்கள் வார்த்தைக்குக் கீழ்ப்படிந்து வாழ
வில்லை நல்ல மனிதனாய்!

வாங்கிவிட வரமும் மூச்சும் தந்தீர்
வையத்தில் நிரந்தரமாய் வாழ! – பின்னால்
ஏங்கிச் சாக பிசாசு விலக்கிய கனியைக்
காட்டினான் நல்லவனைப் போல!

எங்கே இயேசு என்று ஏங்குவோரைச்
சந்திப்பதே உம் வேலை! – அவர்களத்
தாங்கி நடத்துவதால் தினம் உம்மைத்
துதித்து நடத்துகிறார்கள் நாளை!

131. பரிசுத்தமாய் இருந்தால்

இயற்கையாய் நிகழும் செயல்கள் யாவும்
இயேசு தந்த செல்வம்! - அதனை
இயன்றவரை நாம் பயன் படுத்தி
இனிதாய் என்றும் வாழ்வோம்!

தயக்கம் கொண்டோருக்குத் தடம் காட்ட
தரணிக்கு வந்தார் உறவினராய்! – பெற்றத்
தாய்க்கு மேலே தயவுக் காட்டி
தன்னைத் தாழ்த்தினார் துறவினராய்!

வியக்க வைக்கும் வினோதம் செய்ய
விரும்பி அழைத்தார் மக்களை! - சொட்டு
வியர்வைச் சிந்தம் முன்னே ஒரு
வினாடியில் முடித்தார் சிக்கலை!

புயத்தால் முடியாததைப் புதுமையால் முடித்து
புரட்சியைக் காட்டினார் உலகிற்கு! - அந்தப்
புயமேப் புனித மானால் செய்யும் என்றார்
புவியோர்ப் போற்றும் அளவுக்கு!

துயரப் பட்டுச் சிந்துவோர் கண்ணீரைத்
துடைக்க நேரில் வந்தார்! - அந்தத்
தூயாதி தூயவர் நம் துயருக்காய்
தூய ஆவியையேத் தந்தார்!

பயமும் பரிசுத்தமும் கொண்டவராயிருந்தால்
பரமனை என்றும் பார்க்கலாம்! - அவர்
பயணப்பட்டு வரும்போது நாம் இருந்தால்
பரத்தில் இடம் கேட்கலாம்!

132. கடைசியில் அக்கினியா முக்கனியா?

ஜீவனைத் தந்த தேவனைத் துதித்தால்
பாவம் நெருங்காது ஒருபோதும்! - உலகில்
ஆவது எல்லாம் அவரால் ஆவதால்
காவல் புரிகிறார் எப்போதும்!

எவரும் மதிக்காதவரை இயேசு உயிர்த்துகிறார்
தன் கிருபை மூலம்! - சிறு
தவறும் செய்யாதப் பேருக்கு இன்பமாய்
அமைக்கிறார் எதிர் காலம்!

மூவொரு தேவனை முழுமையாய் விசுவாசித்தால்
முற்றிலும் மாறும் துன்பம்! - அன்றைய
நோவா அடைந்ததிற்கு மேலே அவர்களும்
நிச்சயம் அடைவார்கள் இன்பம்!

இவர் மட்டுமே இறைவன் என்றவர்கள்
இறந்தும் வாழ்கிறார்கள் மண்ணில்! - வேறு
எவரையும் வணங்காத மனிதரையும் இயேசு
பார்க்கிறார் மனக் கண்ணில்!

133. இயேசுவின் இரத்தம்

இரத்தம் சிறிதும் சத்தம் இல்லாமல்
நித்தம் உடலில் ஓருகிறது! - அது
செத்தால் அடுத்தவர் கத்திக் கதறினாலும்
சுத்தமாய் நின்று விடுகிறது!
பரிசுத்த இரத்தம் மரிக்கும் வரைச் சிந்துவது
தெரிந்தும் மனிதனாய் வந்து! - பூமியைக்
குறிந்த நேரத்தில் பரிசுத்தப் படுத்தினார்
திரியேகன் தன்னையேத் தந்து!

சிந்திய இரத்தம் முந்தியப் பாவத்தையும்
தந்திப் போல் ஓட்டியது! - பின்
தங்கியவர் பாவத்தை வாங்கிக் கொண்டு
சாந்தப் படுத்திக் காட்டியது!

சிலுவையின் இரத்தம் மெழுகாய் உருகி
விழுந்ததுப் பூமியின் மேலே! - அதைப்
பொழுதிற்கும் சொல்லலாம் அழுதுப் புலம்புவார்கள்
தழுவியக் குழந்தையைப் போல!

ஆணியின் இரத்தம் மேனியில் இறங்கி
கோணிக் கணக்கில் கொட்டியது! - மனிதப்
பாணியில் வந்தவரின் மேனி சிலுவையோடு
தேனியைப் போல் ஓட்டியது!

நடக்கையில் இரத்தம் தொடர்ந்துக் கொட்டி
படர்ந்தப் பூமியையே நிரவியது! - வானவர்
விடா முயற்சி பாடமாய் உலகிற்கு
தடமாய் வந்துப் பரவியது!.

134. வார்த்தை வடிவமாகி

வார்த்தையாய் இருந்தவர் வடிவமாகி வந்தார்
இந்த வையகம் தன்னில்! - கூறிய
தீர்க்க தரிசனம் நிறைவேற தூய ஆவியால்
மரியாள் பெற்றாள் மண்ணில்!

போர்க் கருவிப் போன்ற ஆயுதம் எதுவும்
பூமிக்குக் கொண்டு வராமல்! - நீதி
நேர் வழியைச் சொல்லி நிலமிதில்
நிந்திக்கப் பட்டார் சோராமல்!

யார் என்றுக் கேட்டவருக்குத் தன்னை
யெகோவா என்றுச் சொல்லாமல்! – பல
ஊர்ச் சென்று புதுமைகள் செய்தார்
பாவியரை ஒதுக்கித் தள்ளாமல்!

சீர்ப் பெற்ற சீடரில் ஒருவன்
சிரசை வாங்கத் துடித்தான்! - அவனை
மார்த்தட்டி அனுப்பியதும் மரத்தில்
தொங்கிக் கதை முடித்தான்!

சேர்ப் பூசி சிரமம் தீர்த்த ஜீவனை
சிலுவையில் கொன்றுப் புதைத்தனர்! - இந்தப்
பார்ப் போற்ற அந்த பரமன்
மீண்டும் மூன்றாம் நாள் உயிர்த்தனர்!.

135. அகிம்சை வழியில்

பகிங்கரமாய் பாரில் யாரும் அறியாமல்
பரிசுத்த ஆவியால் பிறந்து! - தன்னை
மகிபன் என்றுக் காட்டாமல் சாதரண
மனிதனாய் வாழ்ந்தீர் சிறந்து!

எகிப்தியரை மட்டும் அல்ல எல்லா
மக்களையும் இரட்சித்து மீட்டீர்! - வான்
முகிலில் வலம் வரும் வானவரே வல்லூரை
வையத்தில் வரையறுத்து விட்டீர்!

பகிர்ந்து அளித்தீர் பாரில் அனைவருக்கும்
பரிசுத்த மாமிசம் குருதியை! - அப்போது
திகில் அடைந்து கண்டனர் அனைவரும்
உம் மன உறுதியை!

சகித்துக் கொண்டு சங்கடத்தைப் பொறுத்து
சரித்திரம் படைத்த சாதனையாளரே! - உம்மை
மகிழ்ந்துத் துதிக்கும் மாந்தருக்கு நல்ல
மார்க்கத்தைக் காட்டும் போதனையாளரே!

மகிழ்ச்சிவினச் செய்து மக்களைக் காத்தீர்
உம்மை மறவாமல் இருக்க! - துயரை
வகித்து வையத்தில் வாழ்ந்து முடித்துச்
சென்றீர் சிலுவையைச் சுமக்க!

அகிம்சை வழியில் அறப்போர் நடத்தி
அனைவருக்கும் அறிமுகம் ஆனீரே! - உம்
மகிமையை இந்த மண்ணில் காட்டி
மரித்து உயிர்த்துப் போனீரே!